விற்பனை நிர்வாகம்

‘பிரையன் டிரேசி வெற்றி நூலகம்’
என்ற தலைப்பின் கீழ்
மஞ்சுள் பப்ளிஷிங் ஹவுஸ்
தமிழில் வெளியிட்டுள்ள நூல்கள்

1. தலைமைத்துவம்
2. நிர்வாகத் திறமை
3. சந்தை நிர்வாகம்
4. ஊக்குவிப்பு
5. தனிநபர் வெற்றி
6. விற்பனையில் வெற்றி
7. நேர நிர்வாகம்
8. தொழில் உத்தி
9. விற்பனை நிர்வாக

விற்பனை நிர்வாகம்

பிரையன் டிரேசி

தமிழில்:

PSV குமாரசாமி

MANJUL

மஞ்சுள் பப்ளிஷிங் ஹவுஸ்

First published in India by

MANJUL

Manjul Publishing House

Corporate and Editorial Office

•2nd Floor, Usha Preet Complex, 42 Malviya Nagar, Bhopal 462 003 – India

Sales and Marketing Office

•C-16, Sector 3, Noida, Uttar Pradesh 201301 – India

Website: www.manjulindia.com

Distribution Centres

Ahmedabad, Bengaluru, Bhopal, Kolkata, Chennai,
Hyderabad, Mumbai, New Delhi, Pune

Tamil Translation of *Sales Management* by Brian Tracy

Tamil edition first published in 2024 by Manjul Publishing House Pvt. Ltd.

This edition first published in 2024

ISBN 978-93-5543-831-7

Translated by PSV Kumarasamy
Edited by Nagalakshmi Shanmugam
Layout by Manoranjan Kumar

Printed and bound in India by Repro India Limited

உள்ளடக்கம்

முன்னுரை

1990களின் தொடக்கத்தில் ஐபிஎம் நிறுவனம் கடுமையான நிதிப் பிரச்சனையில் சிக்கியபோது, அது லூ கெர்ஸ்ட்னர் என்பவரை அதன் புதிய தலைவராக நியமித்தது. அவர் உடனே, உலகின் தலைசிறந்த ஆலோசனை நிறுவனங்களில் ஒன்றான மெக்கின்சி – கம்பெனி நிறுவனத்தில் இருந்த தன் நண்பர்களைத் தொடர்பு கொண்டார். அவர்களுடைய ஆய்வுத் திறமைகளைப் பயன்படுத்தி, ஐபிஎம் நிறுவனத்தின் விற்பனையும் சந்தைப் பங்கும் இலாபமும் குறைந்ததற்கான காரணத்தைக் கண்டுபிடித்துக் கொடுக்குமாறு அவர் அவர்களிடம் கேட்டுக் கொண்டார். அவர்கள் உடனடியாகச் செயலில் இறங்கினர்.

மெக்கின்சி நிறுவனம் அந்த ஆய்வுக்கு ஆறு மாதங்கள் எடுத்துக் கொண்டது. பின்னர் அந்த

ஆலோசகர்கள் ஐபிஎம் நிறுவனத்தின் மூத்த நிர்வாக அதிகாரிகளைச் சந்தித்து, “உங்கள் பிரச்சனை என்ன என்பதை நாங்கள் கண்டுபிடித்துவிட்டோம்,” என்று அறிவித்தனர்.

“அது என்ன?” என்று ஐபிஎம் அதிகாரிகள் அவர்களிடம் கேட்டனர்.

அதற்கு மெக்கின்சி நிறுவனத்தினர், “குறைவான விற்பனை,” என்று பதிலளித்தனர்.

இதுதான் பிரச்சனை என்பதை ஒப்புக் கொண்ட ஐபிஎம் அதிகாரிகள், அவர்களிடம், “அதற்கு என்ன தீர்வு?” என்ற கேள்வியை முன்வைத்தனர்.

அதற்கு மெக்கின்சி அதிகாரிகள் இவ்வாறு பதிலளித்தனர்: “அதிகமான விற்பனை.”

மெக்கின்சி நிறுவனத்தினர் அளித்த இந்த இரண்டு பதில்களும் எல்லோருக்கும் தெரிந்த விஷயம் என்பதால், அதிகமான விற்பனையை எப்படிச் சாதிப்பது என்று ஐபிஎம் அதிகாரிகள் மேலும் ஒரு கேள்வி கேட்டனர்.

75 சதவீத விதி

அதற்கு அவர்கள் அளித்த பதில் ‘75 சதவீத விதி’ என்று பின்னர் பிரபலமாயிற்று. ஐபிஎம் நிறுவனத்தின் பிரச்சனைகள் குறித்து மெக்கின்சி நிறுவனம் ஆராய்ந்தபோது அவர்கள் ஒரு விஷயத்தைக் கண்டுபிடித்தனர். ஐபிஎம் நிறுவனத்தின் சில கொள்கைகளின் காரணமாக, அவர்களுடைய விற்பனை மேலாளர்களும் விற்பனையாளர்களும், களத்திற்குச் சென்று மக்களை நேரடியாகச் சந்திப்பதற்குச் செலவிடும் நேரத்தைவிட அதிகமான நேரத்தை அலுவலகத்தில் பல படிவங்களை நிரப்புவதில் செலவிட்டுக் கொண்டிருந்தனர் என்பதுதான் அது.

அச்சூழல் உடனடியாகத் தலைகீழாக மாற்றப்பட வேண்டும் என்று மெக்கின்சி நிறுவன ஆய்வாளர்கள் பரிந்துரைத்தனர். ஐபிஎம் விற்பனையாளர்கள்,

அப்போதிருந்து தங்களுடைய நேரத்தின் 75 சதவீதத்தை, களத்தில் மக்களை நேரடியாகச் சந்தித்து ஐபிஎம் நிறுவனத்தின் பொருட்கள் மற்றும் சேவைகளைப் பற்றி அவர்களிடம் பேசுவதில் செலவழிக்க வேண்டும் என்று 75 சதவீத விதி வலியுறுத்தியது. அதோடு, விற்பனை மேலாளர்களும் தங்களுடைய நேரத்தில் 75 சதவீதத்தை, களத்தில் விற்பனையாளர்களுடன் செலவழித்து, பெரிய வாடிக்கையாளர்களுடனான உரையாடல்களில் ஈடுபட வேண்டும் என்று வலியுறுத்தப்பட்டது.

ஒரே ஆண்டுக்குள், ஐபிஎம் நிறுவனத்தின் இலாபம் தலைகீழாக மாறியது. பெரும் நட்டத்தைச் சந்தித்துக் கொண்டிருந்த அந்த நிறுவனம் பெரும் இலாபத்தை ஈட்டத் தொடங்கியது. ஐபிஎம் மீண்டும் அமெரிக்கத் தொழிற்துறையில் ஒரு மாபெரும் நிறுவனமாக மாறியது.

அதிமுக்கியத் திறன்

மெக்கின்சி நிறுவனத்தினர் ஐபிஎம் நிறுவன உயரதிகாரிகளுடன் நடத்திய உரையாடலின் முடிவில் தங்களுடைய மிக முக்கியமான கண்டுபிடிப்பை வெளியிட்டனர். விற்பனை உந்துசக்தியாக விளங்குகின்ற ஒரு நிறுவனத்தில் விற்பனை மேலாளர்தான் அதிமுக்கியமான திறன் என்பதுதான் அது. விற்பனையை வேகமாக அதிகரிப்பதற்கு, விற்பனை மேலாளர்களின் செயல்திறனை உயர்த்துவதற்கு அவர்களுக்கு அளிக்கப்படுகின்ற பயிற்சியைவிட மேலான வழி எதுவும் கிடையாது.

விற்பனையை உந்துசக்தியாக வரித்துக்கொண்டுள்ள ஒரு நிறுவனத்தில் விற்பனை மேலாளராகத் திகழ்கின்ற உங்களைவிட முக்கியமான ஒரு நபர் கிடையாது. உங்கள் நிறுவனத்தில், விற்பனையின் அளவிலும் அதன் மூலம் நிறுவனத்தின் இலாபத்திலும் உங்களைவிட அதிகமாகத் தாக்கம் ஏற்படுத்தக்கூடிய வேறொருவர் இருக்க முடியாது. உங்கள் நிறுவனத்தின் வெற்றிக்கு

நீங்கள்தாம் ஆணிவேர்.

ஒரு நிறுவனத்தின் மிகவும் மதிப்பு வாய்ந்த நிர்வாகி அதன் விற்பனை மேலாளர்தான். அதே நேரத்தில், அந்நிறுவனத்தில் அதிகமாகப் பாராட்டப்படாத நபரும் அவராகத்தான் இருப்பார். விற்பனையாளர்களின் தரத்தை நிர்ணயித்து, அவர்களுக்கு விற்பனை இலக்கை நிர்ணயித்து, அதை அவர்கள் சாதிக்கிறார்களா என்பதை அவதானிப்பது விற்பனை மேலாளர்தான். ஆற்றல்வாய்ந்த விற்பனை மேலாளர்களை வளர்த்தெடுப்பது ஒரு நிறுவனம் வெற்றிகரமாக இயங்குவதற்கு இன்றியமையாதது.

பயணம் தொடங்குகிறது

விற்பனை நிர்வாகம் உங்களை வரவேற்கிறது. வெற்றிகரமாக விளங்கிய விற்பனை மேலாளர்களின் நடத்தை மற்றும் மனப்போக்கு குறித்துச் சேகரிக்கப்பட்டுள்ள பல்லாண்டுகால அனுபவங்கள் மற்றும் அவதானிப்புகளின் அடிப்படையில் எழுதப்பட்டுள்ள நூல் இது. உங்களுடைய விற்பனைப் படையின் செயல்திறனை அதிகரிப்பதற்கும், உங்களுடைய விற்பனையை உயர்த்துவதற்கும், உங்களுடைய விற்பனையாளர்களுடன் ஒத்திசைவாகச் செயல்படுவதற்கும், உங்களுடைய தொழில்வாழ்க்கையில் மேன்மேலும் முன்னேறிச் செல்வதற்கும், பெரும் செல்வாக்குடன் திகழ்கின்ற நிலையைப் படுவிரைவாக அடைவதற்கும் தேவையான முக்கிய யோசனைகள், கொள்கைகள், செயல்முறைகள், மற்றும் உத்திகளை இனி வரும் பக்கங்களில் நீங்கள் கற்றுக் கொள்வீர்கள்.

விற்பனை நிர்வாகம் ஒரு துல்லியமான அறிவியல் அல்ல. ஏனெனில், விற்பனையாளர்கள் ஒரு நிறுவனத்தின் பிற ஊழியர்களிடமிருந்து முற்றிலும் வேறுபட்டவர்கள். ஒரு விற்பனை மேலாளர் ஒரே நேரத்தில், ஒரு நண்பராகவும், ஆலோசகராகவும்,

நம்பிக்கைக்குப் பாத்திரமானவராகவும், கண்டிப்பான முறையில் வேலை வாங்குபவராகவும், சிறந்த நிர்வாகியாகவும் இருந்தாக வேண்டும்.

விற்பனையாளர்கள் உணர்ச்சிவசப்படக்கூடியவர்கள். சில நேரங்களில் அவர்கள் படுஉற்சாகமாக இருப்பர், சில நேரங்களில் மனச்சோர்வுடன் இருப்பர். அவர்களுடைய விற்பனை சில நேரங்களில் உச்சத்தைத் தொடும், சில நேரங்களில் அதலபாதாளத்திற்குச் சரியும். அவர்கள் விசித்திரமான மனப்போக்கையும் கொண்டிருப்பர். அதனால், அவர்களைக் கட்டுப்படுத்துவதற்கும் நிர்வகிப்பதற்கும் வானளாவிய பொறுமையும், அசாத்தியமான மனிதர்களைக் கையாள்கின்ற திறமையும் தேவை.

ஒரு தலைசிறந்த விற்பனை மேலாளர் என்பவர், பலதரப்பட்ட ஆளுமைகளை ஒருங்கிணைத்து, அவர்களை, தொடர்ச்சியாகச் சிறப்பான விற்பனையை அளித்து வரக்கூடிய ஒரு குழுவாக உருவாக்கக்கூடிய ஒருவர் ஆவார். இந்நூலில் கொடுக்கப்பட்டுள்ள கொள்கைகளை விடாப்பிடியாகக் கடைபிடித்து வந்தால், ஒரு விற்பனை மேலாளரால் உடனடியாகத் தன்னுடைய விற்பனையைச் சிறப்பாக அதிகரித்துக் கொள்ள முடியும்.

அதே நேரத்தில், விற்பனையாளர்களைக் கையாள்வதற்கு இதுதான் அறுதியான வழி என்று எதையும் கூற முடியாது என்பதை நீங்கள் நினைவில் கொள்ள வேண்டும். எந்தவொரு விதிக்கும் விதிவிலக்குகள் இருக்கத்தான் செய்யும். மனித ஆளுமைகள் சிக்கலானவை என்பதால், தன் முன் அமர்ந்திருக்கின்ற ஒரு விற்பனையாளர், நேர்மறையாகவோ அல்லது எதிர்மறையாகவோ ஒரு விதிவிலக்கானவராக இருக்கக்கூடும் என்பதை ஒரு சிறந்த விற்பனை மேலாளர் எப்போதுமே உணர்ந்திருப்பார்.

இந்நூலில் இடம்பெற்றுள்ள யோசனைகளின் உதவியுடன், சாதிக்க வேண்டும் என்ற தாகத்துடன்

இருக்கின்ற விற்பனை மேலாளர்கள், தங்களிடம் வேலை பார்த்துக் கொண்டிருக்கின்ற விற்பனையாளர்களில் அதிகமான நபர்கள் நேர்மறையானவர்களாகவும், குறைவானவர்களே எதிர்மறையானவர்களாகவும் இருப்பதைக் கண்டுபிடிப்பர். சரி, இப்போது நாம் தொடங்கலாம்.

அத்தியாயம் ஒன்று

விற்பனை மேலாளரின் பாத்திரம்

ஒரு நிறுவனம் தழைத்திருப்பதற்கு இன்றியமையாததாக விளங்குகின்ற விற்பனையை உருவாக்குவதுதான் ஒரு விற்பனை மேலாளரின் தலையாய கடமை. அதை அவர் தன் கீழ் பணிபுரிகின்ற விற்பனையாளர்களைக் கொண்டு நிகழ்த்திக் காட்டுகிறார்.

நாள்தோறும், வாரந்தோறும், மாதந்தோறும், காலாண்டுதோறும், மற்றும் ஆண்டுதோறும் மேற்கொள்ளப்பட வேண்டிய விற்பனையின் அளவைத் தீர்மானிப்பது ஒரு விற்பனை மேலாளர் என்ற முறையில் உங்களுடைய மிக முக்கியமான வேலைகளில் ஒன்று. இவற்றை இலக்குகளாக நிர்ணயித்துவிட்டு, பின்னோக்கி நிகழ்காலம்வரை திரும்பிப் பார்த்துத் திட்டமிடுங்கள். நீங்கள் நிர்ணயித்தக் காலக்கெடுவுக்குள் உங்களுடைய

இலக்குகளை அடைவதற்கு நீங்கள் என்ன செய்ய வேண்டும் என்று தீர்மானியுங்கள்.

நீங்கள் நிர்ணயித்துள்ள விற்பனை இலக்குகளை அடைவதற்கு நீங்கள் விற்பனையாளர்களை ஒருங்கிணைக்க வேண்டும், வளங்களைச் செம்மையாகப் பயன்படுத்த வேண்டும், ஒரு வரவு-செலவுத் திட்டத்தை வடிவமைக்க வேண்டும், விளம்பரங்களைத் திட்டமிட வேண்டும். விற்பனையைப் பொறுத்தவரை, நீங்கள் இப்போது இருக்கின்ற இடத்திலிருந்து நீங்கள் சென்றடையத் திட்டமிட்டுள்ள இடத்தை அடைவதற்கு நீங்கள் எத்தகைய செயல்நடவடிக்கைகளில் இறங்க வேண்டும் என்பதை நீங்கள் திட்டமிட வேண்டும். திட்டமிடுவதில் நீங்கள் எவ்வளவு சிறந்து விளங்குகிறீர்களோ, விற்பனையில் அவ்வளவு வெற்றிகரமாக உங்களால் மிளிர முடியும். சந்தை நிலவரம் எப்படி இருந்தாலும் அது ஒரு பொருட்டல்ல.

உங்களுக்கு இருக்கின்ற மற்றொரு முக்கியமான பொறுப்பு, உங்களின் கீழ் இருக்கின்ற விற்பனையாளர்களோடு ஒரு சிறந்த முறையில் கருத்துப் பரிமாற்றம் மேற்கொள்வதும் அவர்களை ஊக்குவிப்பதும் ஆகும். உங்களுடைய வேலையை நீங்கள் பிறரை வைத்துத்தான் செய்தாக வேண்டும். அவர்கள் உருவாக்குகின்ற விளைவுகள்தாம் உங்களுடைய விளைவுகள். உங்களுடைய விற்பனையாளர்கள் தங்களுடைய வேலையைச் செம்மையாகச் செய்வதற்குத் தேவையான தகவல்கள், வளங்கள் மற்றும் ஊக்கச் சலுகைகளை அவர்களுக்கு வழங்குகின்ற நிலையில் நீங்கள் இருக்க வேண்டும்.

உங்களுடைய அடுத்தப் பணி, விளைவுகளை அளவிடுவதாகும். ஒரு முக்கியமான தொழில் கொள்கை இப்படிக் கூறுகிறது: "எது அளவிடத்தக்கதாக இருக்கிறதோ, அது செய்து முடிக்கத்தக்கது." உங்களால் ஒரு விஷயத்தை அளவிட முடியாவிட்டால், அதை உங்களால் நிர்வகிக்க முடியாது. நீங்கள் ஒன்றை

அளவிடாவிட்டால், அது செய்து முடிக்கப்படாமலேயே இருக்கும். அதனால்தான், நீங்கள் உங்களுடைய விற்பனையாளர்கள் ஒவ்வொருவருக்கும் தெளிவான இலக்குகளையும், செயல்திறன் தொடர்பான தரங்களையும், தனிப்பட்டப் பொறுப்புகளையும் நிர்ணயிக்க வேண்டியது முக்கியமானதாகிறது.

சரியான நபர்களைத் தேர்ந்தெடுங்கள்

நல்ல விற்பனையாளர்களைத் தெரிவு செய்து, அவர்களை வேலைக்கு எடுப்பது உங்களுடைய வேலைகளிலேயே மிக முக்கியமானது. உங்கள் வெற்றியின் 95 சதவீதம், நீங்கள் வேலைக்கு எடுக்கின்ற நபர்களின் தரத்தையே சார்ந்துள்ளது. தரமான நபர்களை எப்படி வேலைக்கு எடுப்பது என்பது பற்றி நாம் மூன்றாவது அத்தியாயத்தில் விரிவாகப் பார்க்கலாம்.

நீங்கள் உங்களுடைய விற்பனையாளர்களுக்குப் பயிற்சியளித்து, அவர்களுக்குக் கற்றுக் கொடுத்து, அவர்களை வளர்த்துவிட வேண்டும். அவர்கள் உங்களுடன் எவ்வளவு காலம் இருக்கிறார்கள் என்பது முக்கியமல்ல. அவர்கள் எப்போது உங்களுடைய நிறுவனத்தைவிட்டு வெளியேறினாலும், அவர்கள் முதலில் உங்கள் நிறுவனத்தில் சேர்ந்தபோது இருந்ததைவிட அதிகச் செயல்திறன்மிக்கவர்களாக வெளியேறுகின்ற விதத்தில் நீங்கள் அவர்களைத் தயார்படுத்த வேண்டும்.

மேலே கூறப்பட்டுள்ள அனைத்தையும் சாதிப்பதற்கு எவ்வளவு வளம் உங்களுக்குத் தேவைப்படும் என்பதைத் தீர்மானிப்பதுதான் உங்களுடைய இறுதிப் பொறுப்பு. ஒரு விற்பனை மேலாளர் என்ற முறையில், விற்பனை இலக்குகளை நிர்ணயித்து அவற்றை அடைவது உங்களுடைய பொறுப்புகளில் தலையாயது. அப்பொறுப்பை நிறைவேற்றுவதற்கு, ஒரு

விற்பனைத் திட்டம், பயிற்சி ஆவணங்கள், ஒரு வரவு-செலவுத் திட்டம், ஊக்கச் சலுகைகள், விளம்பரங்கள் போன்றவற்றை நீங்கள் தீர்மானிக்க வேண்டும்.

சில நேரங்களில் இந்த வேலைகள் அனைத்தையும் நீங்களே செய்ய வேண்டியிருக்கும். சில வேளைகளில் வேறு நபர்களை வைத்து நீங்கள் அவற்றைச் செய்யலாம். எது எப்படி இருந்தாலும், இறுதியில் விளைவுகள் மட்டுமே முக்கியமானவையாக இருக்கும். நீங்கள் எந்தப் பொருட்களின்மீது கவனத்தைக் குவிக்கப் போகிறீர்கள் என்பதை நீங்கள் தீர்மானிக்க வேண்டும். எந்த வாடிக்கையாளர்களையும் எந்தச் சந்தைகளையும் நீங்கள் குறி வைக்கப் போகிறீர்கள், உங்களுடைய பொருட்களை அந்த வாடிக்கையாளர்களிடம் எப்படி அறிமுகப்படுத்தப் போகிறீர்கள், இன்றைய போட்டிமிக்கச் சந்தையில் உங்களுக்கு அனுகூலம் கிடைப்பதற்கு நீங்கள் எந்த விற்பனைமுறையைப் பின்பற்றப் போகிறீர்கள் போன்றவற்றையும் நீங்கள் தீர்மானிக்க வேண்டும்.

இறுதியில், நீங்கள் உங்களுடைய விற்பனைப் படை முழுவதையும் ஒன்றுகூட்டி, உங்களுடைய போர்த் திட்டத்தை அவர்களிடம் விளக்கி, களத்தில் இறங்கி வெற்றிக்கனியைப் பறிக்க அவர்களுக்குத் தேவையான அனைத்து வளவசதிகளையும் செய்து கொடுக்க வேண்டும்.

தொழிற்சாலை மாதிரி

விற்பனையில் வெற்றி பெறுவதற்குப் பயன்படுத்தத்தக்க ஒரு மாதிரி இது. இந்த மாதிரியில் நீங்கள் உங்களுடைய விற்பனைத் துறையை அல்லது விற்பனையாளர்கள் குழுவை ஒரு தொழிற்சாலையைப்போலக் கருதுவீர்கள். எப்படி ஒரு தொழிற்சாலையில் ஒரு முனையில் கச்சாப் பொருட்கள் உள்ளீடாகப் போடப்பட்டு

மறுமுனையில் விற்பனைப் பொருள் வெளியே வருகிறதோ, அதைப்போல நீங்கள் உங்களுடைய விற்பனைத் துறையைக் கருத வேண்டும். உங்களுடைய 'விற்பனைத் தொழிற்சாலையில்' பின்வரும் கச்சாப் பொருட்கள் உள்ளீடாகப் பயன்படுத்தப்படும்: நீங்கள் தேர்ந்தெடுத்துப் பயிற்சியளித்துள்ள விற்பனையாளர்கள்; அவர்களுக்கான ஊக்கச் சலுகைகளுக்கும் விற்பனைக்கான விளம்பரங்களுக்கும் ஒதுக்கப்படுகின்ற பணம்; உங்கள் விற்பனையாளர்களுக்குத் தேவையான மேசைகள், நாற்காலிகள், மற்றும் பிற சாதனங்கள்.

ஒரு தொழிற்சாலையில் நடப்பதுபோல இங்கும் சில செயல்முறைகள் இருக்கும். அவற்றின் நோக்கம் விற்பனையை உருவாக்குவதாகும். உங்களுடைய விற்பனையாளர்கள் நீங்கள் அவர்களுக்கு அளிக்கின்ற இந்தக் கச்சாப் பொருட்களைப் பயன்படுத்தி, விற்பனை எனும் விளைவை உங்களுக்கு ஏற்படுத்தித் தர வேண்டும்.

மதிப்புக் கூட்டுங்கள்

விற்பனை மேலாளரின் முதல் செயல்நடவடிக்கை மதிப்புக் கூட்டுதல். இரண்டாவது, வருவாயை உருவாக்குதல். இந்த இரண்டுக்காகவும் நீங்கள் தினமும் உங்களுடைய நேரத்தில் 80 சதவீதத்தைச் செலவிட வேண்டும்.

நீங்கள் செய்கின்ற, மின்னஞ்சல்களைக் கையாளுதல், சமூக ஊடகங்களைப் பயன்படுத்துதல், தொலைபேசியில் பேசுதல், தகவல் அனுப்புதல் மற்றும் பெறுதல் போன்ற அனைத்தும், வருவாயை உருவாக்குகின்ற, மதிப்புக் கூட்டுகின்ற நடவடிக்கைகளிலிருந்து உங்கள் கவனத்தைத் திசைதிருப்புகின்ற காரியங்களே. இறுதியில், சிறப்பான விற்பனையை உண்டுபண்ணுகின்ற உங்களுடைய திறமைதான் உங்கள் வெற்றியைத் தீர்மானிப்பதில் மற்ற அனைத்தையும்விட மிகப் பெரிய சக்தியாக இருக்கும்.

செயல்முறைப் பயிற்சிகள்

1. ஒரு விற்பனை மேலாளர் என்ற முறையில் உங்களிடமிருந்து குறிப்பாக எந்த விளைவுகள் எதிர்பார்க்கப்படுகின்றன?
2. அவ்விளைவுகளில் பிற அனைத்தையும்விட அதிகமாக நீங்கள் சாதிக்க விரும்புகின்ற முக்கியமான ஒரு விளைவு எது?

அத்தியாயம் இரண்டு

சிறந்த விற்பனைக் குழுவை உருவாக்குங்கள்

அனைத்து வேலைகளும் குழுக்களாலேயே செய்யப்படுகின்றன. அதனால், அடிப்படையில் உங்களுடைய வேலை என்பது ஒரு குழுவைக் கட்டியெழுப்புவதும், அதன் தலைவராகச் செயல்படுவதும்தான். அனைத்துக் குழுக்களும், அவற்றில் இடம்பெற்றுள்ள உறுப்பினர்கள் ஒவ்வொருவரின் உச்சபட்சச் செயல்திறனை நம்பியே இருக்கின்றன. அதனால் நீங்கள் முதலில் அதிசிறப்பு வாய்ந்த ஒரு குழுவை உருவாக்க வேண்டும். பின் அந்தக் குழுவிலுள்ள ஒவ்வொருவரின் செயல்திறனையும் உச்சபட்சமாக்க வேண்டும். மிகச் சிறந்த விற்பனை அமைப்புமுறை ஒன்றை உருவாக்கி, போட்டிமிக்கச் சந்தையில் வெற்றிகரமாகத் திகழ்வதுதான் உங்களுடைய

இலக்காக இருக்க வேண்டும்.

தலைசிறந்த விளையாட்டு அணிகள்

பல முக்கியமான அம்சங்களில், ஒரு விற்பனைக் குழு, ஒரு விளையாட்டுக் குழுவை ஒத்ததுதான். தங்களுடைய விளையாட்டு அணிகள் சாம்பியன் கோப்பைகளை வென்றெடுக்கும்படி செய்வதற்கு முன்னணிப் பயிற்றுவிப்பாளர்கள் பயன்படுத்துகின்ற அதே கொள்கைகளைப் பயன்படுத்தி உங்களால் ஒரு சேம்பியன் விற்பனை அணியை உருவாக்க முடியும். தலைசிறந்த விளையாட்டு அணிகள் வெற்றிக்கான ஆறு குணாம்சங்களை வெளிப்படுத்துகின்றன. அவை:

1. தெளிவான பயிற்றுவிப்பு மற்றும் தலைமைத்துவம்

ஒரு தலைசிறந்த விளையாட்டு அணியில், யார் தலைவர் என்பதை எல்லோரும் அறிவர். அந்த நபர்தான் அனைத்துத் தீர்மானங்களையும் எடுப்பவராக இருக்கிறார். உயர்தரமான ஊக்குவிப்பையும் மன உறுதியையும் கட்டியெழுப்புவதற்கு, ஜனநாயகரீதியான, அனைவரும் பங்கு கொள்கின்ற ஒரு நிர்வாகமுறையும் முக்கியம். ஆனால், விற்பனைப் படையினர் சிறப்பாகச் செயல்படுவதற்கு, அவர்கள் ஒவ்வொருவரும் தங்களுடைய தலைவர் யார், தங்களை இயக்கிக் கொண்டிருப்பவர் யார் என்பதை அறிந்திருக்க வேண்டும். ஒரு விற்பனை மேலாளர் என்ற முறையில் நீங்கள்தான் அந்தத் தலைவர். நீங்கள்தான் தரத்தை நிர்ணயிப்பவர், வேலை வாங்குபவர். கடுமையான போட்டி நிலவுகின்ற ஒரு சந்தையில் அளவுக்கதிகமான ஜனநாயகம் விற்பனைக் குழுவை நிர்வகிப்பதில் பெரிதாக உதவுவதில்லை.

2. உன்னதத்திற்கான அர்ப்பணிப்பு

வின்ஸ் லொம்பார்டி கூறியபடி, "வெற்றி பெறுவது ஒன்றே தலையாய நோக்கம் அல்ல; ஆனால், வெற்றிக்கான விருப்பம் தலையாய நோக்கமாகும்."

தலைசிறந்த விளையாட்டுக் குழுக்கள், விற்பனைக் குழுக்களைப்போல, வெற்றி பெறத்தான் களத்தில் இருக்கின்றன. விற்பனைக் குழுக்களைப் பொறுத்தவரை, சந்தையில் போட்டியாளர்களை விஞ்சி, பெரும் வெற்றியைச் சாதிப்பது அவற்றின் நோக்கமாகும். விற்பனையாளர்கள் நாள் முழுவதும் கடினமாக உழைத்துக் கொண்டிருப்பது, அன்றைய தினத்தை எப்படியாவது ஓட்டிவிட வேண்டும் என்பதற்காக அல்ல. தலைசிறந்த விளையாட்டு வீரர்களைப்போலவே, தலைசிறந்த விற்பனையாளர்களும் சாம்பியன் பட்டத்தை வெல்லவும், வெற்றியுடன் வருகின்ற பரிசுகள், வெகுமதிகள் மற்றும் ஊக்கத் தொகைகளைப் பெறவுமே ஆசைப்படுகின்றனர்.

விளையாட்டிலும் சரி, விற்பனையிலும் சரி, மிகச் சிறந்த ஊக்குவிப்பாக இருப்பது, "ஆகச் சிறந்த ஒருவராகத்" திகழ வேண்டும் என்ற விருப்பமும் விடாமுயற்சியும்தாம். ஆனால், உங்கள் குழுவினர் ஆகச் சிறந்தவர்களாகத் திகழ வேண்டும் என்பதை அவர்களிடம் வெளிப்படையான ஊக்குவிப்புப் பேச்சின் மூலம் நீங்கள் வெளிப்படுத்தாவிட்டால், அவர்கள் ஒரு சராசரிக் குழுவாக மாறிவிடுவர். நீங்கள் உங்களுடைய தொழிற்துறையில் மேல்மட்ட 10 அல்லது 20 சதவீதத்தில் இடம்பெற வேண்டும் என்ற தீவிர வேட்கை உங்களிடம் இல்லாவிட்டால், கீழேயுள்ள 80 சதவீதத்தினரோடு நீங்கள் சேர்ந்துவிடுவீர்கள். அது விளையாட்டாக இருந்தாலும் சரி, விற்பனையாக இருந்தாலும் சரி, உன்னதத்திற்கான அர்ப்பணிப்பு மட்டுமே மக்கள் தங்களுடைய வேலையில் அல்லது விளையாட்டில் ஆகச் சிறந்த முயற்சிகளை

மேற்கொள்ளும்படி செய்யும்.

3. வெளிப்படையான கருத்துப் பரிமாற்றம்

தலைசிறந்த விளையாட்டுக் குழுவில் இடம்பெற்றுள்ள சிறந்த வீரர்கள் மலிவான அரசியலிலும் திரைமறைவுக் காரியங்களிலும் ஒருபோதும் ஈடுபட மாட்டார்கள். அவர்கள் அனைவரும், தாங்கள் என்ன நினைக்கிறோம் என்பதை எப்போதும் மற்றவர்களிடம் உண்மையுடன் தெரிவிப்பர். அவர்களுக்கு இடையே இரகசியங்களோ, மனப்பொருமல்களோ, அல்லது மறைமுகமான நோக்கங்களோ இருக்காது. மற்றவர்களைத் தங்கள் விருப்பப்படி ஆட்டுவிப்பதற்காக, அவர்களுடைய முதுகுக்குப் பின்னால் எந்தவொரு காரியத்திலும் அவர்கள் ஒருபோதும் ஈடுபட மாட்டார்கள். ஒரு முன்னணி விற்பனைக் குழுவில், மேலிருந்து கீழாகவும் கீழிருந்து மேலாகவும் வெளிப்படையான கருத்துப் பரிமாற்றம் எப்போதும் நிகழ்ந்து கொண்டே இருக்கும். நீங்கள் எப்போதும் ஒளிவுமறைவின்றி இயங்கிக் கொண்டிருப்பதை எல்லோருக்கும் தெளிவுபடுத்திவிட வேண்டும். அப்போது, குழுவினருக்கு ஏதாவது சந்தேகம் இருந்தால், அவர்கள் தயங்காமல் உங்களிடம் நேரடியாக வந்து அதைத் தீர்த்துக் கொள்ள முயற்சிப்பர். நீங்களும் நேர்மையாகவும் நேரடியாகவும் அதற்கு பதில் கூற வேண்டும்.

மக்கள் ஆகச் சிறந்த முறையில் இயங்குவதற்கு, தங்களுடைய தலைவருடன் பேசுவதற்கும், அவரிடம் கேள்வி கேட்பதற்கும், தங்களைப் பற்றிய பின்னூட்டக்கருத்துகளை அவரிடமிருந்து பெறுவதற்குமான சாத்தியம் இருக்க வேண்டும். தாங்கள் விமர்சிக்கப்படுவோம் அல்லது எள்ளி நகையாடப்படுவோம் என்பது போன்ற எந்தவிதமான பயமுமின்றி, தங்களுடைய கவலையைத் தங்களுடைய

விற்பனை மேலாளரிடம் தங்களால் தெரிவிக்க முடியும் என்ற நம்பிக்கை குழு உறுப்பினர்களுக்கு இருக்க வேண்டும்.

4. பயிற்சியில் கவனக்குவிப்பு

தலைசிறந்த விளையாட்டுக் குழுக்கள் தொடர்ச்சியாகப் பயிற்சியில் தீவிரக் கவனம் செலுத்துகின்றன. தம்முடைய வீரர்கள் விளையாட்டில் சிறந்து விளங்க அவை எப்போதும் அவர்களுக்கு உதவிக் கொண்டிருக்கின்றன. தலைசிறந்த விற்பனை மேலாளர்களும் இப்படித்தான் செயல்பட்டுக் கொண்டிருக்கின்றனர். தங்கள் குழுவினர் தொடர்ந்து மேம்பட அவர்கள் அவர்களை ஊக்குவிக்கின்றனர். தங்கள் குழுவிலுள்ள விற்பனையாளர்கள் அவர்களுடைய தொழில் வாழ்க்கையிலும் தனிப்பட்ட வாழ்க்கையிலும் தொடர்ந்து வளர்ச்சியடைய அவர்கள் அவர்களுக்கு உதவுகின்றனர்.

பயிற்சிகளுக்கு ஒதுக்கப்படுகின்ற தொகை, விற்பனையாளர்களின் வளர்ச்சியில் ஒரு முக்கியப் பங்கு வகிக்கிறது. ஒவ்வொரு தொழிற்துறையிலும் மிகவும் இலாபகரமாக இயங்கிக் கொண்டிருக்கின்ற 20 சதவீத நிறுவனங்களில் நடைமுறையில் உள்ள, விற்பனையாளர்களுக்கான பயிற்சிகள் குறித்தும், அவற்றுக்கு ஒதுக்கப்படுகின்ற தொகை குறித்தும், 'சேல்ஸ் – மார்க்கெட்டிங் மேனேஜ்மென்ட்' பத்திரிகை ஓர் ஆய்வு மேற்கொண்டது. அவர்களுடைய ஆய்வின் முடிவுகள் வியப்பளிப்பவையாக இருந்தன. தலைசிறந்த நிறுவனங்கள், புதிதாக வேலைக்கு எடுக்கின்ற விற்பனையாளர்களைக் களத்தில் இறக்குவதற்கு முன்பாக, ஆறு முதல் பன்னிரண்டு வாரங்கள்வரை அவர்களுக்குப் பயிற்சியளிக்கின்றன. அப்பயிற்சிக்காக ஒவ்வொரு விற்பனையாளருக்கும் தலா ஆறாயிரம் டாலர்களை அவை செலவிடுகின்றன.

இப்படிப் பயிற்சிக்காகச் செலவிடப்படும் தொகைக்குக் கிடைக்கும் பதிலீடு, இருபதிலிருந்து முப்பது மடங்கு இருப்பதை அந்த ஆய்வு வெளிப்படுத்தியது. அந்த நிறுவனங்கள் பயிற்சிக்கு எவ்வளவு அதிகமாகப் பணத்தைக் கொட்டினவோ, அவ்வளவு அதிகமாக அவற்றின் விற்பனையும் இலாபமும் அதிகரித்தன.

5. தேர்ந்தெடுக்கப்பட்டப் பாத்திரங்களை உறுப்பினர்களுக்கு வழங்குதல்

தலைசிறந்த விளையாட்டுக் குழுக்கள், தம்முடைய வீரர்களின் தனிப்பட்டத் திறமையின் அடிப்படையில், அவர்களுக்கு எந்தப் பாத்திரத்தை அளித்தால் அவர்களால் குழுவிற்குச் சிறப்பாகப் பங்களிக்க முடியுமோ அதைக் கண்டுணர்ந்து அதை அவர்களுக்கு அளிக்கின்றன. விற்பனைத் துறையிலும், சில விற்பனையாளர்கள் ஒரு குறிப்பிட்டப் பொருளின் விற்பனையில் சிறந்து விளங்கக்கூடும். சில விற்பனையாளர்கள் புதிய வாடிக்கையாளர்களை இழுத்து வருவதில் திறமைசாலிகளாக இருக்கக்கூடும். வேறு சிலர், வாடிக்கையாளர்களின் நடத்தையைக் கணித்து அவர்களிடம் மேலும் அதிகமான பொருட்களை விற்பதில் விற்பன்னர்களாகத் திகழக்கூடும்.

சிறந்த விளையாட்டுப் பயிற்றுவிப்பாளர்கள் தங்களுடைய வீரர்களின் தனித் திறமையை அறிந்து கொள்வதற்காக, விளையாட்டில் அவர்கள் வகிக்கின்ற பாத்திரங்களை மாற்றிப் பார்ப்பர். ஒரு விற்பனை மேலாளர் என்ற முறையில், நீங்களும் உங்களுடைய விற்பனையாளர்கள் மேற்குறிப்பிடப்பட்டுள்ள திறமைகளில் எதில் சிறந்து விளங்குகிறார்கள் என்பதைக் கண்டறிவதற்கு அவர்களுக்குப் பலதரப்பட்டப் பாத்திரங்களை வழங்கிச் சோதிக்கலாம். அவர்கள் தங்களுடைய உச்சபட்சத் திறமையை வெளிப்படுத்த இச்சோதனை உதவும்.

6. உத்தி மற்றும் திட்டமிடுதலுக்கு முக்கியத்துவம் அளித்தல்

உங்களுடைய விற்பனையாளர்களில் யார் யார் என்னென்ன செய்ய வேண்டும் என்பதைத் திட்டமிடுவது உங்களுடைய பணிகளில் முக்கியமான ஒன்று. விற்பனையாளர்களைக் கச்சிதமாகப் பயன்படுத்திக் கொள்ள விற்பனைத் திட்டத்தில் எதை மாற்றலாம், எதை மேம்படுத்தலாம், எதை வித்தியாசமாகச் செய்யலாம் என்று தினமும் நீங்கள் சிந்தித்துக் கொண்டிருக்க வேண்டும். சமீபத்தில் நீங்கள் என்ன படிப்பினையைக் கற்றுக் கொண்டீர்கள்? உங்களுடைய விற்பனையாளர்களின் செயல்திறனையும் குழுவின் செயல்திறனையும் மேம்படுத்துவதற்கு உங்களால் என்ன செய்ய முடியும்?

இங்கு மீண்டும் வின்ஸ் லொம்பார்டியைக் குறிப்பிடுவது பொருத்தமாக இருக்கும்: "ஒரு சாம்பியன் அணியை உருவாக்குவதற்கு நீங்கள் ஆட்டத்தின் அடிப்படைகளில் தலைசிறந்தவராக ஆக வேண்டும்."

விற்பனையின் அடிப்படைகளில் அபாரமாக விளங்குகின்ற ஒரு குழுவை உருவாக்குவதே உங்கள் வேலை. உங்களுடைய விற்பனையாளர்கள் குழு மிகச் சிறப்பாகப் பயிற்றுவிக்கப்பட்ட, மிகச் சிறப்பாக விற்பனை செய்கின்ற ஒன்று என்ற பெயர் பிரபலமடைகின்றபோது, உங்களால் மேன்மேலும் சிறந்த விற்பனையாளர்களை உங்களுடைய குழுவுக்குக் கவர்ந்திழுக்க முடியும்.

உங்களுடைய 20 சதவீத நடவடிக்கைகள்தாம் உங்களுடைய 80 சதவீத விளைவுகளுக்குக் காரணமாக இருக்கின்றன என்று தெரிவிக்கின்ற, நாம் ஏற்கனவே பார்த்துள்ள பரேட்டோ கொள்கை உங்களுக்கு நினைவிருக்கிறதா? சிறந்த விற்பனை மேலாளர்கள் இந்த அடிப்படை 20 சதவீதத்தில்தான் தங்களுடைய முழுக் கவனத்தையும் செலுத்துகின்றனர்.

செயல்முறைப் பயிற்சிகள்

1. *பலம் வாய்ந்த ஓர் எதிரியோடு மோதுகின்ற ஒரு படைத்தளபதியாக உங்களைக் கற்பனை செய்து கொள்ளுங்கள். உங்களுடைய போர்த் திட்டம் என்னவாக இருக்கும்?*
2. *உங்களுடைய போட்டியாளர்களை விஞ்சிச் செயல்படுவதற்கு உங்களுடைய குழுவினருக்கு எத்தகைய பயிற்சிகளும் வளவசதிகளும் தேவைப்படும்? அவற்றை நீங்கள் எவ்வாறு அவர்களுக்கு வழங்கப் போகிறீர்கள்?*

அத்தியாயம் மூன்று

சாம்பியன்களைத் தேர்வு செய்யுங்கள்

ஒரு மேம்பட்ட விற்பனையாளர் குழுவைக் கட்டியெழுப்புவது என்பது விற்பனையாளர்களைத் தேர்ந்தெடுப்பதிலிருந்து தொடங்குகிறது. பெரும்பாலான விற்பனை மேலாளர்கள் எதிர்கொள்கின்ற பிரச்சனைகள், பொருத்தமற்ற நபர்களை விற்பனையாளர்களாகத் தேர்ந்தெடுப்பதிலிருந்துதான் முளைக்கின்றன. விற்பனை செய்வதற்குப் பொருத்தமான நபர்களைத் தேர்வு செய்வதுதான் உங்களுடைய பணிகளிலேயே மிகவும் கடினமானது. ஆனால், அதுதான் உங்களுடைய விற்பனை நிர்வாகத்தின் வெற்றியில் 90 சதவீதத்தை நிர்ணயிக்கிறது. அதனால், விற்பனையாளர்களைத் தேர்வு செய்வதற்கு, சிறப்பாகச் செயல்படுகின்ற ஒரு செயல்முறை உங்களுக்குத் தேவை.

தேர்ந்தெடுப்பதில் அவசரம் காட்டாதீர்கள்

பீட்டர் டிரக்கர் கூறியபடி, "மக்களைக் குறித்து வேகமாக எடுக்கப்படும் முடிவுகள் பெரும்பாலும் தவறானவையாகவே இருக்கும்." விற்பனையாளர்களைத் தேர்ந்தெடுக்கின்றபோது, நீங்கள் அவசர அவசரமாகத் தேர்ந்தெடுத்தால், பின்னர் நீங்கள் அது குறித்துப் பின்வருத்தம் கொள்ளக்கூடும். அதனால், விற்பனையாளர்களின் தேர்ந்தெடுப்புக்கு நீங்கள் உங்களுக்கு வேண்டிய அளவு நேரத்தை எடுத்துக் கொள்ளுங்கள்.

மோசமான தேர்ந்தெடுப்பு செலவுமிக்கது. அது உங்களுடைய நேரத்தையும் பணத்தையும் வீணாக்கும். சரியான நபர்களைத் தேர்ந்தெடுக்காதிருப்பதன் மூலம் உங்களுக்கு விற்பனையிலும் இழப்பு ஏற்படக்கூடும்.

உங்களுடைய விற்பனையாளர்களிடமிருந்து நீங்கள் என்ன எதிர்பார்க்கிறீர்கள் என்ற சிந்தனையிலிருந்துதான் சரியான ஆளெடுப்பு தொடங்குகிறது. அவற்றை நீங்கள் எழுத்தில் வடித்து வைத்துக் கொள்ள வேண்டும். விற்பனையாளர் வேலைக்கு ஒருவரிடம் நீங்கள் நேர்முகத் தேர்வு நடத்துகின்றபோது, அங்கு நீங்கள் பின்பற்றுவதற்கு, எழுத்தில் வடிக்கப்பட்டுள்ள வழிகாட்டுதல்களைக் கையோடு எடுத்துச் செல்ல வேண்டும்.

நீங்கள் விரும்புகின்ற விளைவுகளை விவரியுங்கள்

உங்களுடைய விற்பனையாளர்களிடமிருந்து தொடர்ச்சியாக என்ன எதிர்பார்க்கப்படுகிறது, அவர்களுடைய விற்பனை இலக்கு என்ன, அதை அவர்கள் எப்போது அடைய வேண்டும் போன்றவற்றை நீங்கள் ஒரு பட்டியலிட வேண்டும். ஒரு நிறுவனத்திற்குத் தேர்ந்தெடுக்கப்பட்ட விற்பனையாளர்களில் பலரிடம்,

அவர்களுடைய நிறுவனம் அவர்களிடமிருந்து என்ன எதிர்பார்க்கிறது என்பது குறித்தக் குழப்பம் நிலவுகிறது என்பது வியப்புக்குரிய செய்தி. அதன் காரணமாக அவர்களுக்கு விரக்தியும் தங்கள்மீதே கோபமும் ஏற்படுகின்றன. அவர்களுடைய நடவடிக்கைகளின் காரணமாக அவர்களுடைய விற்பனை மேலாளரும் விரக்தியும் கோபமும் அடைகிறார். சரியான நபர்களைத் தேர்ந்தெடுக்கின்ற திறமை தனக்கு இருக்கிறதா என்ற சந்தேகம் அவருக்குள் முளைக்கிறது.

சில ஆண்டுகளுக்கு முன், மக்களை வேலைக்கு எடுத்து அவர்களுக்குப் பயிற்சியளிக்கின்ற ஒரு நிறுவனத்தோடு நான் இணைந்து பணியாற்றினேன். வெற்றிகரமாக விளங்கிய, அனுபவசாலியாக இருந்த ஒரு பெண்மணியை அப்போதுதான் அவர்கள் வேலைக்கு எடுத்திருந்தனர். அந்த நிறுவனத்தின் வழக்கப்படி, அவர்கள் சரியான நபரைத்தான் வேலைக்கு எடுத்திருந்தார்களா என்பதை உறுதி செய்து கொள்வதற்காக, அந்தப் பெண்மணி பல்வேறு ஆளுமைச் சோதனைகளுக்கு உட்படுத்தப்பட்டார். அவர் அனைத்துச் சோதனைகளிலும் சிறப்பாகத் தேறினார். ஆனால், அவரிடம் ஒரே ஒரு பலவீனம் இருந்தது. தானாகவே முன்முயற்சி எடுத்துக் காரியங்களைச் செய்கின்ற அம்சம் அவரிடம் குறைவாக இருந்தது கண்டுபிடிக்கப்பட்டது.

ஆனால், ஒரு சிறந்த நிறுவனத்தில் பணிபுரிந்திருந்த அனுபவம் அவருக்கு இருந்ததால், அந்த நிறுவனம் அவரை வேலைக்கு எடுத்துக் கொள்ளத் தீர்மானித்தது. ஆனால், அவர்கள் அந்தப் பெண்மணியின் வேலையோடு தொடர்புடைய முக்கியமான அம்சம் ஒன்றை அவரிடம் தெரிவிக்க மறந்துவிட்டனர். அவர் தானாகவே முன்முயற்சி மேற்கொண்டு, வேலைக்கு ஆட்களை எடுத்து, தானாகவே நிறைய வாடிக்கையாளர்களை உருவாக்க வேண்டும் என்பதுதான் அது.

வேலையில் சேர்ந்தவுடன் அவர் கேட்ட முதல்

கேள்வி, “நான் எந்த வாடிக்கையாளரிடமிருந்து தொடங்க வேண்டும்?” என்பதுதான். ஆனால், தானேதான் அந்தப் பட்டியலை உருவாக்கிக் கொள்ள வேண்டும் என்பதை அவர் அறிந்தபோது, அவர் கடும் அதிர்ச்சியடைந்தார். உடனே அவர் உடைந்து நொறுங்கினார். அந்த வார இறுதியில், அவரை வேலைக்கு எடுத்தது தவறு என்பதை அந்த நிறுவனம் உணர்ந்து கொண்டு, அவரைப் பணியிலிருந்து நீக்கியது. அவர்கள் ஒரு பாடம் கற்றுக் கொண்டனர்.

நான் பயிற்றுவிக்கின்ற நிறுவனங்களுக்கு நான் ஒரு செய்முறைப் பயிற்சியைப் பரிந்துரைக்கிறேன். அவர்களுடைய நிறுவனத்தின் பார்வையில் ஒரு கச்சிதமான விற்பனையாளர் எப்படி இருப்பார் என்பது பற்றி விவரித்து எழுதும்படி நான் அவர்களிடம் கோருவேன். கச்சிதமான விற்பனையாளர்களை உற்பத்தி செய்கின்ற ஒரு தொழிற்சாலை இருப்பதாகக் கற்பனை செய்து கொள்ளுங்கள். அதிலிருந்து நீங்கள் பெற விரும்புகின்ற ஒரு விற்பனையாளருக்கான வேண்டுகோள் படிவம்தான் நீங்கள் எழுதுகின்ற விவரிப்பு. நீங்கள் உங்களுடைய வேண்டுகோள் படிவத்தை நிரப்பி அந்தத் தொழிற்சாலைக்கு அனுப்பி வைத்தால், அப்படிவத்தில் நீங்கள் விவரித்துள்ள விற்பனையாளரை அவர்கள் உங்களுக்கு அனுப்பி வைப்பர்.

முந்தைய சாதனைகளைப் பாருங்கள்

ஒருவர் வருங்காலத்தில் எப்படிச் செயல்படுவார் என்பதை உணர்த்துகின்ற சிறந்த அறிகுறி, கடந்தகாலத்தில் அவர் எப்படிச் செயல்பட்டார் என்பதுதான். நீங்கள் ஒருவரை வேலைக்கு எடுக்கின்றபோது, அந்த நபர் அதேபோன்ற ஒரு வேலையில் அதற்கு முன்பு வெற்றிகரமாகப் பணியாற்றியுள்ளாரா என்பதைத் தெரிந்து கொள்வதுதான் மற்ற அனைத்தையும்விட மிக

முக்கியமானது.

நீங்கள் வேலைக்கு எடுக்க உத்தேசித்துள்ள நபரிடம் அவருடைய கடந்தகால அனுபவங்களைப் பற்றிக் கேட்க வேண்டும். அவர் இதற்கு முன்பு எந்தெந்த வேலைகளில் இருந்தார்? அவற்றை அவர் எவ்வளவு சிறப்பாகச் செய்திருந்தார்? அவர் வேலை பார்த்த நிறுவனங்கள் எப்படிப்பட்டவை? அவர் கடும் போட்டி நிறைந்த ஒரு சூழலில் விற்பனை செய்து கொண்டிருந்தாரா அல்லது விற்பனையாளர்களைவிட வாடிக்கையாளர்கள் அதிகமிருந்த ஒரு சூழலில் செயல்பட்டுக் கொண்டிருந்தாரா?

ஆளுமைக்காக ஒருவரை வேலைக்கு எடுங்கள்

ஒரு பிரபலமான நிர்வாகி ஒரு முறை இப்படிக் கூறியிருந்தார்: "நாங்கள் ஆட்களை வேலைக்கு எடுத்துவிட்டு, நேர்த்தியாக இருப்பது எப்படி என்று அவர்களுக்குக் கற்றுக் கொடுப்பதில்லை; மாறாக, நாங்கள் நேர்த்தியான நபர்களையே வேலைக்கு எடுக்கிறோம்."

மக்கள் மாறுவதில்லை என்பதுதான் அடிப்படை உண்மை. நீங்கள் ஒருவரிடம் எதைப் பார்க்கிறீர்களோ அதுதான் உங்களுக்குக் கிட்டும். நீங்கள் ஒருவரை அவருடைய சிறந்த ஆளுமைக்காகவும் அவருடைய மனப்போக்கிற்காகவும் வேலைக்கு எடுத்தால், அது உங்களுக்குக் கண்டிப்பாக வெற்றியைக் கொடுக்கும். ஒருவருடைய செயல்திறன் முக்கியம்தான் என்றாலும், அதைப் பயிற்சியின் மூலமாக வளர்த்துக் கொள்ள முடியும். அதனால், சரியான ஆளுமையும் ஒரு நேர்மறையான மனப்போக்கும் உள்ள ஒருவரை நீங்கள் வேலைக்கு எடுத்தால், வெற்றிகரமானதொரு விற்பனையாளராக இருப்பதற்குத் தேவையான அனைத்தையும் அவருக்கு உங்களால் கற்றுக் கொடுத்துவிட முடியும். உங்களுக்குப் பிடித்திருக்கின்ற நபர்களை மட்டுமே வேலைக்கு

எடுங்கள். ஒரு நேர்மறையான மனப்போக்கும் நல்ல ஆளுமையும் கொண்ட, பொதுவாகவே மகிழ்ச்சியாகவும் உற்சாகமாகவும் இருக்கின்ற நபர்களைத் தேர்ந்தெடுங்கள்.

மூன்றின் விதி

வேலைக்கு ஆட்களை எடுக்கின்ற உங்களுடைய திறமையை வெகுவாக மேம்படுத்தக்கூடிய ஒரு முறை இது. பல ஆண்டுகால அனுபவத்தின் ஊடாக நான் உருவாக்கியுள்ள ஓர் உத்தி இது. இதை நான் ஆயிரக்கணக்கான நிர்வாகிகளுக்குக் கற்றுக் கொடுத்துள்ளேன். வேலைக்கு ஆட்களை எடுக்கின்ற தங்களுடைய செயல்முறையை இது நேர்மறையாக மாற்றியுள்ளது என்று என்னிடம் பல பெருநிறுவன நிர்வாக அதிகாரிகள் கூறியுள்ளனர்.

இந்த விதியின் முதல் அம்சம்: உங்களுக்கு ஒரே ஒரு விற்பனையாளர் தேவைப்படுகிறார் என்றால், நீங்கள் குறைந்தபட்சம் மூன்று பேரையாவது அந்த வேலைக்கு நேர்முகம் செய்ய வேண்டும். அந்த வேலைக்கு நீங்கள் நல்ல ஊதியம் வழங்க முன்வந்தால், தேர்வு செய்வதற்கு உங்களுக்கு ஆட்களுக்குப் பஞ்சமிருக்காது.

இந்த விதியின் இரண்டாவது அம்சம்: உங்களுக்குப் பிடித்திருக்கின்ற நபரை நீங்கள் மூன்று முறை நேர்முகம் செய்ய வேண்டும். ஒரே ஒரு முறை மட்டுமே நேர்முகம் செய்துள்ள நபரை ஒருக்காலும் வேலைக்கு எடுக்காதீர்கள். நீங்கள் விரும்புகின்ற ஒரு நபரை நேர்முகம் செய்கின்றபோது, அந்தக் கலந்துரையாடலின் போக்கு, உங்களுடைய பேச்சு, அவருடைய பதில் பேச்சு, அதில் தலைதூக்குகின்ற சிரிப்பு போன்றவற்றால் உங்களுடைய முடிவெடுக்கும் திறன் செம்மையாகச் செயல்படாமல் போகக்கூடும்.

மூன்று இடங்கள், மூன்று நபர்கள்

இந்த விதியின் மூன்றாவது அம்சம்: வேலைக்கு எடுக்கின்ற நபரை நீங்கள் மூன்று முறை நேர்முகம் செய்கின்றபோது, அவர்களை மூன்று வெவ்வேறு இடங்களில் வைத்து நேர்முகம் செய்ய வேண்டும். பெரும்பாலான நபர்களிடம், 'பச்சோந்திக் குணம்' என்று நான் வர்ணிக்கின்ற ஒன்று இருக்கிறது. நீங்கள் ஒருவரை முதலில் உங்களுடைய அலுவலகத்திலும், அடுத்து ஒரு காபிக் கடையிலோ அல்லது வேறு ஓர் அலுவலகத்திலோ வைத்து நேர்முகம் செய்கின்றபோது, அவர்களிடம் இருக்கின்ற வேறொரு முகம் வெளிப்படும். சரியாகச் சொல்ல வேண்டுமென்றால், அவர்கள் அப்போது வேறு விதமான ஆளுமையையும் நடத்தையையும் வெளிப்படுத்துவர்.

இந்த விதியின் நான்காவது அம்சம்: உங்கள் நிறுவனத்தில் வேலைக்கு விண்ணப்பிக்கின்ற நபரை உங்கள் நிறுவனத்திலுள்ள மூன்று வெவ்வேறு நபர்கள் நேர்முகம் செய்ய வேண்டும். ஹியூலெட் பேக்கர்டு நிறுவனத்தில் ஒருவரை வேலைக்கு எடுப்பதற்கு முன்பு அவருக்கு ஏழு முறை நேர்முகத் தேர்வு நடத்தப்படும். அதில் அந்த நிறுவனத்தைச் சேர்ந்த நான்கு மேலாளர்கள் பங்கு பெறுவர். முடிவில் அவர்கள் அனைவரும் தங்களுடைய வாக்குகளை அளிப்பர். அவர்களில் ஒரே ஒருவர்கூட அந்த நபர் ஒரு நல்ல ஊழியராக இருக்க மாட்டார் என்று கருதினால், அந்த நபரை அந்த நிறுவனம் வேலைக்கு எடுத்துக் கொள்ளாது.

இந்த விதியின் கடைசி அம்சம்: நீங்கள் வேலைக்கு எடுக்க உத்தேசித்துள்ள நபரின் மேலதிகாரிகளாகக் கடந்தகாலத்தில் இருந்தவர்களில் குறைந்தபட்சம் மூன்று பேரையாவது நீங்கள் நேர்முகம் செய்ய வேண்டும். அதற்கு முன், உங்களிடம் வேலைக்கு விண்ணப்பித்தவரிடம் பின்வரும் கேள்வியை நீங்கள் கேட்க வேண்டும்: "நீங்கள் கொடுத்துள்ள இந்த மூன்று

நபர்களை நான் தொடர்பு கொண்டு உங்களைப் பற்றிக் கேட்கப் போகிறேன். அதற்கு முன்பு நான் தெரிந்து கொள்ளக்கூடிய விஷயம் ஏதாவது இருக்கிறதா?"

இக்கேள்வியை நீங்கள் கேட்கின்றபோது, அதற்கு உங்களுக்குக் கிடைக்கின்ற பதிலைக் கேட்டு, பல நேரங்களில் நீங்கள் வியப்பின் உச்சிக்கே செல்லக்கூடும்.

ஒருவரை வேலைக்கு எடுக்கின்றபோது, தொடக்கத்தில் நீங்கள் எவ்வளவு அதிகமான நேரத்தை அதற்காகச் செலவிடுகிறீர்களோ, பின்னர் அவருக்குப் பயிற்சியளிப்பதற்கும் கற்றுக் கொடுப்பதற்கும் அவரை ஊக்குவிப்பதற்கும் நீங்கள் அவ்வளவு குறைவான நேரத்தைச் செலவிடுவீர்கள் என்பதை நினைவில் கொள்ளுங்கள். உங்களுக்குத் தேவையான நேரத்தை எடுத்துக் கொள்ளுங்கள். அவசரப்படாதீர்கள்.

செயல்முறைப் பயிற்சிகள்

1. ஒரு கச்சிதமான விற்பனையாளர் எப்படி இருக்க வேண்டும் என்று நீங்கள் கற்பனை செய்து வைத்துள்ளீர்களோ, அதைப் பற்றிய விபரங்களை நீங்கள் ஒரு வேண்டுகோள் படிவத்தைப்போலப் பட்டியலிடுங்கள். உங்கள் நிறுவனத்தில் வேலைக்கு விண்ணப்பிக்கின்ற ஒவ்வொரு நபரிடமும், அந்தப் பட்டியலில் இடம்பெற்றுள்ள விபரங்கள் இருக்கின்றனவா என்று ஒப்பிட்டுப் பார்த்துக் கொள்ளுங்கள்.
2. அடுத்து, நீங்கள் ஒருவரை வேலைக்கு எடுப்பதற்கு முன், மூன்றின் விதியைக் கடைபிடித்துப் பாருங்கள். பிறகு, அதை வேலைக்கு ஆட்களை எடுக்கின்ற உங்களுடைய செயல்முறையின் ஒரு பகுதியாக ஆக்கிக் கொள்ளுங்கள்.

அத்தியாயம் நான்கு

தேர்ந்தெடுத்தவர்களைச் சரியாக வழிநடத்துங்கள்

'செவ்வனே தொடங்கப்பட்ட ஒரு காரியம், பாதி முடிந்ததுபோலத்தான்' என்ற கூற்றை நீங்கள் கேள்விப்பட்டிருக்கக்கூடும்.

புதிய விற்பனையாளர்களை வேலைக்கு எடுப்பதற்கும் இது பொருந்தும். அவர்களை வேலைக்கு எடுத்தப் பிறகு, முதல் நாளிலிருந்தே அவர்கள் உறுதியான அடித்தளத்தோடு தொடங்குவதை உறுதி செய்து கொள்ளுங்கள்.

நான் விற்பனையாளர்களைப் பற்றிப் பல ஆண்டுகள் ஆய்வு செய்து வந்துள்ளேன். நான் கண்டுபிடித்துள்ள ஒரு விஷயம் இது: ஒரு விற்பனையாளர் தன் வேலையைத் துவக்குகின்ற விதம், முதல் சில வாரங்களில் அல்லது முதல் சில

மாதங்களில் மட்டும் அல்லாமல், ஐந்து அல்லது பத்து ஆண்டுகளுக்குப் பிறகும் அவருடைய செயல்திறன் எப்படி இருக்கும் என்பதைத் தீர்மானிக்கிறது. இன்னும் சொல்லப் போனால், ஒரு விற்பனையாளருடைய முதல் தொண்ணூறு நாட்களில் அவருக்கு என்ன நேர்கிறது என்பதுதான் அவருடைய நீண்டகாலச் செயல்திறனைத் தீர்மானிக்கிறது.

உங்களோடு இணைந்து கொள்கின்ற விற்பனையாளர், குறைந்த, நடுத்தர, மற்றும் உயர்தர விற்பனைத் திறனுடனும் அனுபவத்துடனும் உங்களோடு இணைந்து கொள்கிறார். அவர்களுக்குப் பல ஆண்டுகால அனுபவம் இருந்தால்கூட, அவர்கள் உங்களோடு இணைகின்றபோது, அவர்களைப் புதியவர்களைப்போலத்தான் நடத்த வேண்டும். வேறு சில நிறுவனங்களின் பொருட்களை விற்றுள்ள அனுபவம் அவர்களுக்கு இருப்பதாலேயே அவர்களுக்கு உங்களுடைய நிறுவனத்தைப் பற்றியோ, உங்களுடைய பொருட்களைப் பற்றியோ, உங்களுடைய தனித்துவமான விற்பனை உத்திகளைப் பற்றியோ அல்லது உங்களுடைய வாடிக்கையாளர்களைப் பற்றியோ தெரிந்திருக்கும் என்ற அவசியமில்லை. அதாவது, குறிப்பிட்டப் பணி தொடர்பான முதிர்ச்சி அவர்களிடம் குறைவாக இருக்கிறது என்று எடுத்துக் கொள்ள வேண்டும்.

விற்பனைப் பொருள் குறித்த அறிவு

அமெரிக்காவிலுள்ள விற்பனை நிறுவனங்களில் 70 சதவீத நிறுவனங்கள் தம்முடைய விற்பனையாளர்களுக்கு விற்பனைப் பயிற்சிகள் எதையும் வழங்குவதில்லை. தம்முடைய விற்பனைப் பொருட்கள் குறித்தப் பயிற்சிகளை மட்டுமே அவை அவர்களுக்கு வழங்குகின்றன. அவை அவர்களிடம் டன் கணக்கில் தம்முடைய பொருட்கள் தொடர்பான தகவல்களைக் கொடுத்து அவற்றைப் படித்துச் சீரணிக்கும்படி கேட்டுக்

கொள்கின்றன. பின் அவர்கள் நேரடியாக அந்த நிறுவனத்தின் பொருட்களை விற்பதற்காகக் களத்திற்கு அனுப்பி வைக்கப்படுகின்றனர். தங்களுடைய விற்பனைப் பொருளைப் பற்றி அவர்களுக்குத் தெரிந்திருந்தால் அவர்களால் எந்தவொரு வாடிக்கையாளரையும் கையாண்டுவிட முடியும் என்ற அனுமானம்தான் அதற்குக் காரணம்.

தாங்கள் விற்றுக் கொண்டிருக்கின்ற பொருளைப் பற்றிய அறிவு விற்பனையாளர்களுக்கு இன்றியமையாதது. ஒவ்வொரு விற்பனையாளரும் அதில் தேர்ந்தவராக இருக்க வேண்டும். அது குறித்து ஒரு தேர்வு நடத்தப்பட்டால், அதில் அவர்கள் தேர்ச்சி பெற வேண்டும். ஒரு விற்பனையாளர் தன்னுடைய விற்பனைப் பொருள் குறித்த அறிவைக் கொண்டிருப்பது இரண்டு அனுகூலங்களை அவருக்குக் கொடுக்கிறது. முதலில், அது அவருடைய விற்பனைக் குழுவின் தன்னம்பிக்கையை அதிகரிக்கிறது, அந்த விற்பனையாளர் தொடர்ந்து அந்த வேலையில் நீடிப்பதை உறுதி செய்கிறது. இரண்டாவது, வாடிக்கையாளர்களாக ஆக வாய்ப்புள்ளவர்களிடம் அவர் பேசும்போது, அவர்மீதான நம்பகத்தன்மையை அது அதிகரிக்கிறது.

விற்பனைத் திறன்

வெற்றிக்குத் தேவையான மற்றொரு முக்கியமான அம்சம் விற்பனைத் திறன். பல நிறுவனங்கள், தம்முடைய விற்பனையாளர்களுக்கு இரண்டு முதல் ஆறு மாதங்கள்வரை பயிற்சியளித்தப் பிறகே அவர்களைக் களத்தில் இறக்குகின்றன. ஐபிஎம் நிறுவனம் தம்முடைய விற்பனையாளர்களுக்குப் பதினெட்டு மாதங்கள் பயிற்சியளிக்கிறது. ஐம்பது சதவீதப் பயிற்சி, வகுப்பறையில் வழங்கப்படுகிறது. மீதிப் பயிற்சி, மூத்த விற்பனையாளர்களுடன் களத்தில்

வழங்கப்படுகிறது. அதற்குப் பிறகு அந்நிறுவனத்தின் புதிய விற்பனையாளர்கள் தனியாக வாடிக்கையாளர்களைச் சந்திக்க அனுமதிக்கப்படுகிறார்கள்.

அதனால், உங்களுடைய விற்பனையாளர்களுக்கு மெதுவாகப் பயிற்சியளியுங்கள். தேவையான அனைத்துத் திறன்களும் அவர்களிடம் இருக்கின்றன என்று நீங்களாகவே ஒருபோதும் அனுமானித்துக் கொள்ளாதீர்கள். "உங்களுடைய விற்பனையின் உயரத்தை உங்களுடைய பலவீனமான திறன்கள்தாம் தீர்மானிக்கின்றன," என்று ஒரு கூற்று இருக்கிறது. ஒரு புதிய விற்பனையாளர், முக்கியமான ஏழு விற்பனைத் திறன்களில் ஆறில் வல்லுநராக இருக்கலாம். ஆனால், அந்த ஏழாவது முக்கியமான திறனில் அவர் பலவீனமாக இருந்தால், அது, அவர் தன்னுடைய முழுச் செயல்திறனையும் அடைய முடியாமல் செய்துவிடும்.

ஒரு விற்பனைக் கதை

நான் பயிற்சியளித்துக் கொண்டிருந்த ஒரு நிறுவனம், ஒரு முறை ஒரு புதிய விற்பனையாளரை வேலைக்கு எடுத்தது. ஆனால், அவருடைய விற்பனை அந்நிறுவனத்திற்குத் திருப்திகரமாக இருக்கவில்லை. அவர்கள் அவரை வேலைக்கு எடுத்தபோது, தாங்கள் சரியான நபரைத்தான் தேர்ந்தெடுத்திருந்ததாக அவர்கள் நம்பினர். ஆனால், அவருக்கு ஏகப்பட்டப் பயிற்சிகளை வழங்கிய பிறகும் அவரால் சரியாக விற்க முடியவில்லை. இருப்பினும், அவரை வேலையைவிட்டுத் தூக்குவதற்குப் பதிலாக, ஒரு விற்பனை மேலாளருடன் அவரைக் களத்திற்கு அனுப்பி, வாடிக்கையாளர்களுடன் அவர் எவ்வாறு உறவாடினார் என்பதை அவதானிப்பதென்று அவர்கள் தீர்மானித்தனர்.

குறிப்பிட்ட ஒரு திறன் அவரிடம் போதுமான அளவு இல்லை என்பது விரைவில் வெட்ட வெளிச்சமாயிற்று. வாடிக்கையாளர்களாக ஆக வாய்ப்பு

இருந்தவர்கள், அவருடைய விற்பனைப் பொருட்கள் பற்றி அவரிடம் ஆட்சேபனை எழுப்பியபோது, அவற்றுக்குத் திருப்திகரமான பதில்களைக் கொடுத்து அந்த விற்பனைகளை அவரால் நிறைவு செய்ய முடியவில்லை.

பின் அந்த விற்பனையாளரின் நிறுவனம் அவரை அலுவலகத்திற்கு வரவழைத்து, சுமார் எட்டு மணிநேரம் அந்த ஒரு விஷயத்தில் மட்டும் அவருக்குப் பயிற்சியளித்தது. வாடிக்கையாளர்கள் வழமையாக முன்வைக்கின்ற ஆட்சேபனைகளை எழுப்பி, அவற்றுக்கு எப்படித் தன்னம்பிக்கையுடனும் இயல்பாகவும் பதில் சொல்ல வேண்டும் என்று அவர்கள் அவருக்குச் சொல்லிக் கொடுத்தனர்.

அதைத் தொடர்ந்து, அவர்கள் அவரை மீண்டும் களத்திற்கு அனுப்பினர். ஒரு மாதத்திற்குள் அவருடைய விற்பனை அபாரமாக அதிகரித்தது. மூன்று மாதங்களுக்கு உள்ளாகவே அவர் அந்த நிறுவனத்தில் விற்பனையில் சாதனைகள் படைக்கத் தொடங்கினார். நாடு முழுவதும் பரவியுள்ள அந்த நிறுவனத்தின் ஒட்டுமொத்த விற்பனையாளர்களில் அவர்தான் முதல் நிலையில் இருந்தார். அவரை வேலையைவிட்டு நீக்கிவிடுவதென்ற முடிவுக்கு அவர்கள் கிட்டத்தட்ட வந்திருந்தனர். ஆனால், அவர் ஒரே ஒரு திறனில் மட்டும் பலவீனமாக இருக்கக்கூடும் என்று அவர்கள் சந்தேகப்பட்டனர். நான் இந்தக் கதையை உங்களுடன் பகிர்ந்து கொள்வதற்குக் காரணம், இது போன்ற ஒரு சூழலை நீங்களும் சந்திக்க நேரிடலாம் என்பதுதான்.

நீங்கள் எதிர்பார்ப்பதைச் சோதியுங்கள்

நீங்கள் ஒரு புதிய விற்பனையாளரை வேலைக்கு எடுத்து அவருக்குப் போதுமான அளவு பயிற்சி அளித்தப் பிறகும், நீங்கள் எதிர்பார்க்கின்ற நிலையை அவர் எட்டுகின்றவரை அவரை நீங்கள் தொடர்ந்து

கண்காணித்து வர வேண்டும். அவருடைய செயல்திறனை நீங்கள் தொடர்ச்சியாக அவதானித்து வர வேண்டும். தேவையெனில், தினமும் அதைச் செய்ய வேண்டும். அவரிடமிருந்து அடிக்கடிப் பின்னூட்டக்கருத்துகளைப் பெற்றுக் கொள்வதோடு அவருக்கு நீங்களும் பின்னூட்டக்கருத்துகளைக் கொடுக்க வேண்டும். அவர் தன் வேலையைச் சரியாகத் தொடங்குவதற்கு நீங்கள் தொடக்கத்தில் அவருக்கு வழிகாட்டியாக இருந்து அவரை ஊக்குவிக்க வேண்டும்.

சில ஆண்டுகளுக்கு முன்னால், இருபத்தெட்டு விற்பனையாளர்களைக் கொண்டிருந்த ஒரு நிறுவனத்திற்கு ஆலோசனை வழங்குவதற்காக நான் அழைக்கப்பட்டேன். அந்த விற்பனையாளர்கள் அனைவரும் ஊக்கமிழந்திருந்தனர். அக்குழுவின் விற்பனை அதலபாதாளத்தில் இருந்தது. அவர்களுக்கு அந்நிறுவனம் சம்பளம் எதையும் வழங்கிக் கொண்டிருக்கவில்லை. அவர்கள் விற்பனையில் கமிஷன் என்ற அடிப்படையில் வேலை செய்து கொண்டிருந்தனர். அதனால், அவர்கள் மிகவும் குறைவாகவே வருவாய் ஈட்டிக் கொண்டிருந்தனர். நான் அங்கு என் ஆலோசனையைத் துவக்கியவுடன், தினமும் காலையில், மூன்று அங்குல நீளமும் ஐந்து அங்குல அகலமும் கொண்ட சில வெற்று அட்டைகளை நான் அவர்களுக்குக் கொடுத்தேன். நாள் முழுவதும், வாடிக்கையாளர்களாக ஆக வாய்ப்புள்ளவர்களை அவர்கள் தொடர்பு கொள்ள வேண்டும். நாளின் இறுதியில், நான் கொடுத்திருந்த அட்டைகளில் ஐந்து அட்டைகளில் அவர்கள் அன்று தொடர்பு கொண்ட நபர்களின் பெயர்களையும், அதன் விளைவு என்னவாக இருந்தது என்பதையும் எழுதி அவற்றை என்னிடம் கொடுக்க வேண்டும் என்பது ஏற்பாடு.

ஒரு வார காலத்திற்குள் ஓர் அற்புதம் நிகழத் தொடங்கியிருந்தது. அந்த நிறுவனத்திலிருந்த இருபத்தெட்டு விற்பனையாளர்களில் பத்துப்

பேர் தங்களுடைய வேலையை இராஜினாமா செய்துவிட்டனர். அவர்கள் தினமும் யாரிடமும் தொடர்பு கொண்டிருக்கவில்லை என்பது பின்னர் எங்களுக்குத் தெரிய வந்தது.

மீதமிருந்த பதினெட்டுப் பேரும் தினமும் ஐந்து அல்லது அதற்கு மேற்பட்ட நபர்களிடம் தொடர்ந்து தொடர்பு கொண்டனர். 'சாத்தியக்கூறு விதியின்படி' அவர்களின் விற்பனை அதிகரித்தது, அதன் மூலம் அவர்களுடைய வருவாயும் அதிகரித்தது. ஒரே வாரத்திற்குள் அக்குழுவினர் ஊக்கம் பெற்றனர், உற்சாகமடைந்தனர்.

விரைவாகப் பணத்தைக் கொடுத்துவிடுங்கள்

உங்களுடைய விற்பனையாளர்களை ஊக்குவிப்பதற்கு இதோ மற்றுமோர் உத்தி. உங்களுடைய புதிய விற்பனையாளர்களுக்குக் கொடுக்க வேண்டிய கமிஷன் தொகையைத் தினமும் கொடுங்கள். விற்பனையாளர்கள் தினமும் மாலையில் ஒரு விற்பனை ஆர்டருடன் அலுவலகத்திற்குத் திரும்பி வருகின்றபோது, அதற்கான கமிஷன் தொகையை நீங்கள் அவர்களுக்குக் கொடுக்கின்றபோது, அது அவர்களிடம் ஏற்படுத்தும் ஊக்குவிப்பு விவரிப்புக்கு அப்பாற்பட்டது.

இந்த முறையை, புதிய விற்பனையாளர்களுக்கு முதல் மூன்று அல்லது நான்கு வாரங்கள்வரை நடைமுறைப்படுத்துங்கள். பிறகு அவர்களுடைய கமிஷனை ஒவ்வொரு வாரமும் புதன்கிழமையும் வெள்ளிக்கிழமையும் கொடுங்கள். சிறிது காலத்திற்குப் பிறகு, நிறுவனங்களில் வழமையாகக் கடைபிடிக்கப்பட்டு வருகின்ற, மாதத்திற்கு இரண்டு முறை கமிஷன் கொடுக்கப்படுகின்ற முறைக்கு மாறிக் கொள்ளுங்கள்.

புதியவர்களைத் தொடக்கக் காலத்தில் நன்றாக கவனித்துக் கொள்ளுங்கள்

புதிய விற்பனையாளர்களை வேலைக்கு எடுக்கின்றபோது, தொடக்கக் காலங்களில் நீங்கள் அவர்களுக்கு எவ்வளவு அதிகமான நேரத்தையும் பணத்தையும் ஊக்குவிப்பையும் வழங்குகிறீர்களோ, அவர்களுடைய வெற்றி அவ்வளவு அதிகமாக இருக்கும். அவர்கள் உங்கள் நிறுவனத்தில் நீண்டகாலம் நீடித்திருப்பர்.

செயல்முறைப் பயிற்சிகள்

1. விற்பனையாளர்களை ஊக்குவிப்பதற்கு ஒவ்வொரு நாளையும் ஒரு சிறு சந்திப்புக்கூட்டத்துடன் தொடங்குவது போன்ற ஏதாவது ஓர் உத்தியைத் தேர்ந்தெடுத்துக் கொண்டு அதை உடனே நடைமுறைப்படுத்துங்கள்.
2. ஒவ்வொரு விற்பனையாளரும் வெற்றிகரமாக விளங்குவதற்கு நீங்கள் எடுக்கப் போகின்ற நடவடிக்கைகளின் பட்டியல் ஒன்றைத் தயார் செய்யுங்கள்.

அத்தியாயம் ஐந்து

விற்பனை நோக்கங்களின் அடிப்படையில் குழுவை நிர்வகியுங்கள்

தலைசிறந்த விற்பனையாளர்களையும் தலைசிறந்த விற்பனைக் குழுக்களையும் உருவாக்குவதற்குச் சில குறிப்பிட்ட நிர்வாக உத்திகள் இருக்கின்றன. தொழிலில், அவை நோக்கங்களின் அடிப்படையிலான நிர்வாகம் என்று அழைக்கப்படுகின்றன. விற்பனையில், அவை விற்பனை நோக்கங்களின் அடிப்படையிலான நிர்வாகம் என்று அழைக்கப்படுகின்றன.

'த எகானமிஸ்ட்' பத்திரிகை, 150 ஆய்வாளர்களைப் பயன்படுத்தி, 20 நாடுகளிலிருந்த 10,000 நிறுவனங்களில் ஓர் ஆய்வை மேற்கொண்டது. உற்பத்தித்திறன் மேம்பாட்டை உந்தித் தள்ளுகின்ற அம்சங்களைக்

கண்டறிவதே அந்த ஆய்வின் நோக்கம். இறுதியில் அவர்கள் மூன்று விஷயங்களைக் கண்டறிந்தனர். இலக்குகளை நிர்ணயித்தல், விளைவுகளை அளவிடுதல், செயல்திறனுக்கு வெகுமதியளித்தல் ஆகியவையே அந்த மூன்றும்.

1. இலக்குகளை நிர்ணயித்தல்

தலைசிறந்த விற்பனை நிறுவனங்கள், ஒவ்வொரு விற்பனையாளருக்கும், ஒவ்வொரு வாரத்திற்கும், ஒவ்வொரு மாதத்திற்கும் தெளிவான விற்பனை இலக்குகளை நிர்ணயித்துவிடுகின்றன. அதோடு, தினமும் அவர்கள் கடைபிடிக்க வேண்டிய செயல் இலக்குகளையும் அவை நிர்ணயிக்கின்றன. ஒரு நாளில் வேலையைத் துவக்குவதிலிருந்து அது நிறைவடைவதுவரை, துல்லியமாகத் தாங்கள் என்ன செய்ய வேண்டும் என்பதை அங்குள்ள ஒவ்வொரு விற்பனையாளரும் அறிவார்.

2. விளைவுகளை அளவிடுதல்

விற்பனைக்கு வழிவகுக்கின்ற ஒவ்வொரு வேலைக்கும் ஒரு காலக்கெடுவை நிர்ணயிப்பதும் அவற்றின் செயல்பாட்டை அளவிடுவதும் இரண்டாவது அம்சமாகும். தாங்கள் எப்படி அளவிடப்படுவோம் என்பதையும், தங்களுக்கு அதற்கு எப்படிப் பணம் வழங்கப்படும் என்பதையும், தங்களுக்கு வழங்கப்பட்டுள்ள காலக்கெடு என்ன என்பதையும் விற்பனையாளர்கள் நன்றாக அறிவர்.

3. செயல்திறனுக்கு வெகுமதியளித்தல்

உயர்ந்த செயல்திறனுடன் இயங்குகின்ற நபர்களுக்கு வெகுமதி வழங்குவது செயல்திறனை

உந்தித் தள்ளுகின்ற மூன்றாவது அம்சம். தாங்கள் மிக உயர்ந்த விற்பனை இலக்கை அடைந்தால், அதற்குத் தங்களுக்கு எத்தகைய வெகுமதி கிடைக்கும் என்பது குறித்து விற்பனையாளர்களிடம் எவ்வளவு தெளிவு இருக்கிறதோ, அவர்கள் அந்த இலக்கை அடைவதற்கான சாத்தியக்கூறுகள் அவ்வளவு அதிகரிக்கும்.

ஒரே விதமாக நடத்துதல்

சில நிறுவனங்களின் நிர்வாகிகள் சில நேரங்களில் என்னிடம் இவ்வாறு கேட்பர்: "என்னுடைய விற்பனையாளர்கள் அனைவரும் கமிஷன் அடிப்படையில்தான் வேலை செய்கின்றனர். அவர்கள் என்ன செய்ய வேண்டும் என்று நான் சொல்ல வேண்டுமா, கூடாதா? அவர்களுக்கு நான் காலக்கெடுக்களையும் விற்பனை இலக்குகளையும் நிர்ணயிக்க வேண்டுமா?"

நீங்கள் உங்களுடைய விற்பனையாளர்களைச் சம்பள அடிப்படையில் வேலைக்கு அமர்த்தியிருந்தாலும் சரி, கமிஷன் அடிப்படையில் நியமித்திருந்தாலும் சரி, இருவருக்கும் ஒரே விதமான கொள்கைகளையே நீங்கள் பயன்படுத்த வேண்டும். ஜிம் ரோன் இவ்வாறு கூறுவார்: "எங்கே தரங்கள் உயர்நிலையில் இருக்கின்றனவோ, அங்கேதான் தலைசிறந்த விற்பனையாளர்கள் செல்வர்."

நீங்கள் திறமையானவர்களைக் கவர்ந்திழுத்து அவர்களைத் தக்கவைத்துக் கொள்ள விரும்பினால், தலைசிறந்த விளையாட்டு அணியில் இடம்பெற்றுள்ளவர்களைப்போல அவர்களை நீங்கள் நடத்த வேண்டும். அவர்களுக்கு நீங்கள் தெளிவான தர நிர்ணயங்களை ஏற்படுத்த வேண்டும். அவர்கள் தினமும் கடைபிடிக்க வேண்டிய கட்டுப்பாடுகளை நீங்கள் வலியுறுத்த வேண்டும், அவர்கள் அவற்றைக் கடைபிடிக்கிறார்களா என்பதை நீங்கள் கண்காணிக்க வேண்டும். சீரொழுங்குடனும்

கட்டுப்பாட்டுடனும் செயல்படுகின்ற விற்பனைக் குழுவில் இடம்பெற்றிருக்கின்றபோதுதான் தலைசிறந்த விற்பனையாளர்கள் தங்களுடைய உச்சபட்சச் செயல்திறனை வெளிப்படுத்துகின்றனர்.

வெவ்வேறு விதமாக நடத்துதல்

ஒரு நிறுவனத்தில் பணியாற்றுகின்ற விற்பனையாளர்கள் அனுபவத்திலும் திறமையிலும் ஒரே மாதிரியாக இருக்க மாட்டார்கள். புதிதாக வேலைக்குச் சேர்த்துக் கொள்ளப்பட்டுள்ள விற்பனையாளர்களுக்கு, அவர்களுடைய அனுபவம் மற்றும் அறிவுக்கு ஏற்ப விற்பனை இலக்குகள் நிர்ணயிக்கப்பட வேண்டும். பழுத்த அனுபவம் பெற்றுள்ள, வெற்றிகரமாகத் திகழ்கின்ற விற்பனையாளர்களுக்கு நிர்ணயிக்கப்படுகின்ற விற்பனை இலக்குகள் அதிகமாக இருக்க வேண்டும். உங்களுடைய குழுவிலுள்ள விற்பனையாளர்கள் ஒவ்வொருவருடனும் தனியாக உட்கார்ந்து, அவர்களுடைய செயல்திறன் மற்றும் அவர்கள் இயங்கிக் கொண்டிருக்கின்ற சந்தை நிலவரத்தின் அடிப்படையில் அவர்களுக்குப் பொருத்தமான விற்பனை இலக்குகளை நீங்கள் தீர்மானிக்க வேண்டும்.

விற்பனை இலக்குகளை அடைவதற்கு இட்டுச் செல்கின்ற தினசரி நடவடிக்கைகளின் பின்புலத்தில் நீங்கள் விற்பனை இலக்குகளை நிர்ணயிக்க வேண்டும். அதேபோல, செயல்திறன் எப்படி அளவிடப்படும் என்பதையும் நீங்கள் தெளிவாக உங்களுடைய விற்பனையாளர்களிடம் எடுத்துரைக்க வேண்டும். “எது அளவிடத்தக்கதாக இருக்கிறதோ, அது செய்து முடிக்கத்தக்கது,” என்பதை நினைவில் வைத்துக் கொள்ளுங்கள்.

விற்பனையைப் பொறுத்தவரை, அடுத்த விற்பனை எங்கிருந்து வரும் என்பதை உங்களால் முன்கூட்டியே கணிக்கவும் முடியாது, அதைக் கட்டுப்படுத்தவும்

முடியாது. உங்களுடைய விற்பனையாளர்களின் தினசரி நடவடிக்கைகளை மட்டுமே உங்களால் கட்டுப்படுத்த முடியும். அவைதாம் ஒரு சந்தையில் நிகழவிருக்கின்ற விற்பனையைத் தீர்மானிக்கும். குறுகிய கால நோக்கில் உங்களால் விற்பனையைக் கட்டுப்படுத்த முடியாது என்றாலும், விற்பனைக்கு இட்டுச் செல்கின்ற நடவடிக்கைகளை உங்களால் கட்டுப்படுத்த முடியும்.

என்ன செய்ய வேண்டும் என்பதை அவர்களிடம் கூறுங்கள்

உங்களுடைய நிறுவனத்திலுள்ள ஒவ்வொரு விற்பனையாளரும் தினமும் எத்தனை வாடிக்கையாளர்களை அல்லது வாடிக்கையாளர்களாக ஆக வாய்ப்புள்ளவர்களைத் தொடர்பு கொள்ள வேண்டும் என்று நீங்கள் எதிர்பார்க்கிறீர்கள் என்பதை நீங்கள் அவர்களிடம் தெளிவாக எடுத்துரைத்திட வேண்டும். முதலில் தொலைபேசி வழியாகத் தொடர்பு கொள்ளப்பட்ட, வாடிக்கையாளர்களாக ஆக வாய்ப்புள்ளவர்கள் அனைவரையும் விற்பனையாளர்கள் கண்டிப்பாக நேரில் சந்தித்தாக வேண்டும் என்ற உங்களுடைய எதிர்பார்ப்பையும் நீங்கள் அவர்களிடம் தெரிவித்துவிட வேண்டும். குறிப்பிட்ட இடைவெளிக்குப் பிறகு அதே நபர்கள் மீண்டும் தொலைபேசியில் அழைக்கப்பட வேண்டும் என்பதும் அவர்களிடமிருந்து எதிர்பார்க்கப்படுகிறது என்பதையும் நீங்கள் உங்களுடைய விற்பனையாளர்களுக்குத் தெரியப்படுத்திவிட வேண்டும். அவர்கள் தினமும் எத்தனை கடிதங்கள் அல்லது மின்னஞ்சல்களை அனுப்பி வைக்க வேண்டும் என்பதையும், எத்தனை பேரை நேரில் சந்திக்க வேண்டும் என்பதையும் நீங்கள் அவர்களிடம் கூறிவிட வேண்டும்.

வருங்கால வாடிக்கையாளர்களைச் சந்திக்க ஏற்பாடு செய்வதற்கு அவர்கள் முதலில் தொலைபேசி

மூலம் தொடர்பு கொள்ளப்பட வேண்டும் என்ற நிலைமை இருந்தால், உங்களுடைய விற்பனையாளர்கள் தினமும் காலை 11.00 மணிக்குள் குறைந்தபட்சம் பத்துப் பேரையாவது தொடர்பு கொண்டாக வேண்டும் என்று வலியுறுத்தப்பட வேண்டும். அப்படிச் செய்தால், உங்களுடைய விற்பனையாளர்கள், அலுவலகத்திற்கு வந்தவுடன் முதல் காரியமாக அந்த வேலையில் ஈடுபடுவார்கள். அவர்கள் அதைச் செய்கிறார்களா இல்லையா என்பதை உறுதிப்படுத்திக் கொள்ள வேண்டிய பொறுப்பு உங்களுடையது.

விற்பனையாளர்கள் பயணிக்க வேண்டிய பாதை அவர்களுக்குத் தெளிவாக வரையறுக்கப்பட்டிருப்பது அவர்களை மற்ற அனைத்தையும்விட அதிகமாக ஊக்குவிக்கும். அதற்கு நேர்மாறாக, அலுவலகத்திற்குக் காலையில் வந்த பிறகு, துல்லியமாக என்ன செய்ய வேண்டும் என்பதை அறியாமல், அரட்டையடித்துக் கொண்டும் அங்குமிங்கும் அலைந்து கொண்டும் நேரத்தை வீணாக்கிக் கொண்டிருப்பதைவிட அதிகமாக அவர்களை ஊக்கமிழக்கச் செய்கின்ற ஒன்று இருக்க முடியாது.

விவாதித்து ஒத்த முடிவுக்கு வாருங்கள்

புதிய விற்பனையாளர்களுடன் உட்கார்ந்து பேசி, தினமும் அவர்கள் எந்தெந்த நடவடிக்கைகளில் ஈடுபட வேண்டும் என்பதை அவர்களோடு விவாதித்து ஒரு முடிவுக்கு வாருங்கள். நாளின் முடிவில், அவர்களை அழைத்து விசாரித்து, அவர்கள் அன்றைய தினம் தங்களுக்கு ஒதுக்கப்பட்டிருந்த பணிகளை நிறைவேற்றிவிட்டார்களா என்பதைக் கேட்டறிந்து அவற்றை எழுத்துபூர்வமாகக் குறித்துக் கொள்ளுங்கள். சிறிது காலத்திற்குப் பிறகு, அவர்கள் நன்றாக விற்கத் தொடங்கியதும், மாலையில் நீங்கள் அவர்களுடன் தினமும் பேசுவதை, வாரத்திற்கு

ஒரு முறை அல்லது இரு முறை என்று குறைத்துக் கொள்ளலாம். ஆனால், தொடக்கக் காலத்தில், உங்களுடைய விற்பனையாளர்கள் தினமும் மாலையில் உங்களைச் சந்திப்பதைக் கட்டாயமாக்குங்கள். "நீங்கள் எதிர்பார்ப்பதைச் சோதிக்க வேண்டும்" என்பதை நினைவில் வைத்திருங்கள். உங்களால் தாங்கள் அடிக்கடிச் சோதிக்கப்படுவோம் என்பதை உங்களுடைய விற்பனையாளர்கள் உணர்ந்திருப்பதை நீங்கள் உறுதி செய்து கொள்ள வேண்டும். உங்களுடைய விற்பனையாளர்களின் நடவடிக்கைகளையும் அவர்களுடைய விற்பனை அளவையும் தொடர்ந்து கண்காணிப்பதில் விடாப்பிடியாக இருங்கள்.

"பின்னூட்டக்கருத்துகள்தாம் சாம்பியன்களின் காலை உணவு," என்ற கென் பிளான்சார்டின் பிரபலமான கூற்றை நினைவில் வைத்திருங்கள். உங்களுடைய விற்பனையாளர்களோடு தினமும் உரையாடி அவர்களுக்கு ஆலோசனை வழங்குவதும், அவர்களுடைய நடவடிக்கைகளைச் சீர்தூக்கிப் பார்த்து அவை குறித்த உங்களுடைய விமர்சனங்களை அவர்களிடம் எடுத்துரைப்பதும் உங்களுடைய வேலை. உங்களுடைய விற்பனையாளர்களோடு பேசி, அவர்கள் அன்று என்ன செய்தார்கள், அவற்றின் விளைவுகள் என்னென்ன, அவர்கள் அது குறித்து எப்படி உணர்கிறார்கள், அவர்கள் என்ன கற்றுக் கொண்டார்கள் என்பதை அறிந்து கொள்ளுங்கள்.

இரண்டு மாயாஜாலமான கேள்விகள்

உங்களுடைய விற்பனையாளர்களுடன் நீங்கள் மாலையில் உட்கார்ந்து பேசுகின்றபோது, நீங்கள் அவர்களிடம் இரண்டு கேள்விகளைக் கட்டாயம் கேட்க வேண்டும். முதல் கேள்வி: "இன்று நீங்கள் எதைச் சரியாகச் செய்தீர்கள்?"

இது ஒரு நேர்மறையான கேள்வி. இக்கேள்வியின்

மூலம், உங்கள் விற்பனையாளர்கள் காலையில் அலுவலகத்திற்கு வந்து, தொலைபேசி அழைப்புகளை விடுத்து, வருங்கால வாடிக்கையாளர்களை நேரில் சந்திக்க அவர்களிடம் நேரம் கேட்டுப் பெற்று, அவர்களை நேரில் சந்தித்து, தங்களுடைய நிறுவனத்தின் விற்பனைப் பொருட்களின் அருமை பெருமைகளைப் பற்றி அவர்களிடம் விளக்கி, இறுதியில் அது விற்பனையில் முடிந்ததா இல்லையா என்று ஆய்வு செய்வதுவரை அனைத்து வேலைகளையும் மதிப்பீடு செய்ய நீங்கள் அவர்களை ஊக்குவிக்கிறீர்கள்.

"ஞானம் என்பது அனுபவமும் நடந்த விஷயங்களை அலசி ஆராய்தலும் சம அளவில் கலந்துள்ள ஒன்று," என்று அரிஸ்டாட்டில் ஒரு முறை கூறியிருந்தார். உங்களுடைய விற்பனையாளர்கள் சரியாகச் செய்துள்ள காரியங்களை அலசி ஆராய்வதற்கு நீங்கள் அவர்களுக்கு உதவும்போது, இந்த நேர்மறையான விஷயங்கள் அவர்களுடைய ஆழ்மனத்திற்குள் ஆழமாகப் பதிவதற்கு நீங்கள் வழிவகுக்கிறீர்கள். அவர்கள் அடுத்த விற்பனையைக் கையாள்கின்றபோது, அவர்களுடைய ஆழ்மனத்தில் பதிந்துள்ள இந்த விஷயங்கள் அவர்களுடைய உதவிக்கு வந்து அவர்கள் வெற்றிகரமாக அந்த விற்பனையைச் செய்து முடிக்கக் கைகொடுக்கும்.

இரண்டாவது கேள்வி: "அடுத்த முறை நீங்கள் எதை வித்தியாசமாகச் செய்வீர்கள்?"

இந்தக் கேள்விக்கான விடையும் நேர்மறையானதாகவே இருக்கும். ஒரு விற்பனையைச் செய்ய முயன்றபோது அவர்கள் மேற்கொண்ட நடவடிக்கைகளை நினைவுகூர்ந்து, அவற்றை அலசி ஆராய்ந்து, அடுத்த முறை எந்தெந்த விஷயங்களையெல்லாம் மேம்படுத்தலாம் என்ற முடிவுக்கு வர இக்கேள்வி அவர்களை ஊக்குவிக்கும்.

பழைய பாணி மேலாளர்கள் தங்களுடைய விற்பனையாளர்களிடம், "நீங்கள் எங்கே தவறு

செய்தீர்கள்? எந்த இடத்தில் சொதப்பினீர்கள்? எப்படி அந்த விற்பனையைக் கோட்டைவிட்டீர்கள்?" போன்ற கேள்விகளைக் கேட்டு அவர்களை வறுத்தெடுத்துவிடுவார்கள். ஆனால், நீங்கள் ஒருவருடைய நடத்தையில் காணப்படுகின்ற எதிர்மறை அம்சங்களைப் பற்றி விலாவாரியாக அலசுகின்றபோது, எதிர்மறையான விஷயங்களே அவருடைய ஆழ்மனத்தில் பதியும் என்று உளவியலாளர்கள் கூறுகின்றனர். அதனால், அவர்கள் அடுத்த முறை விற்பனையில் ஈடுபடுகின்றபோது, அந்த விஷயங்கள் அவர்களுடைய ஆழ்மனத்திலிருந்து முகிழ்த்தெழுந்து அவர்கள் விற்பனையை வெற்றிகரமாக முடிக்க முடியாதவாறு செய்துவிடக்கூடும்.

ஆனால், நீங்கள் ஒருவரிடம் அவர்கள் எதைச் சரியாகச் செய்தனர், அடுத்த முறை எவற்றை இன்னும் மேம்பட்ட வழியில் செய்வர் என்று கேட்கின்றபோது, அவர்கள் நீங்கள் கற்பனை செய்துள்ளதைக் காட்டிலும் படுவேகமாகத் தங்களுடைய செயல்திறனை மேம்படுத்திக் கொள்வர்.

சிறப்பாளுமை உணர்வு

கற்றல் மற்றும் வளர்ச்சி மூலமாக ஒருவருக்குக் கிடைக்கின்ற தன்னதிகார உணர்வுதான் இருப்பதிலேயே மிகச் சிறந்த ஊக்குவிப்பாகும். தங்களுடைய துறையில் தாங்கள் சிறப்பாளுமை பெற்றுக் கொண்டிருக்கிறோம் என்ற உணர்வை வளர்த்துக் கொள்ள மக்கள் பெரிதும் விரும்புகின்றனர். தங்களால் வருங்காலத்தில் எப்படி இன்னும் மேம்பட்ட விதங்களில் காரியங்களைச் செய்ய முடியும் என்று சிந்திப்பதற்கு நீங்கள் ஒருவருக்கு உதவுகின்றபோது, அவர்கள் தங்களைப் பற்றியும், உங்களைப் பற்றியும், தங்களுடைய வேலையைப் பற்றியும் மகிழ்ச்சியாக உணர்கின்றனர்.

செயல்முறைப் பயிற்சிகள்

1. உங்களுக்குக் கீழே பணிபுரிந்து கொண்டிருக்கின்ற ஒவ்வொரு விற்பனையாளரோடும் உட்கார்ந்து பேசி, விவாதித்து, அவர்களுக்குத் தெளிவான விற்பனை இலக்குகளையும் விற்பனை நோக்கங்களையும் உருவாக்குங்கள்.
2. உங்களுடைய விற்பனையாளர்கள் ஒவ்வொருவரிடமும் தனித்தனியாகவோ அல்லது உங்களுடைய ஒட்டுமொத்த விற்பனைக் குழுவுடனோ விவாதியுங்கள். அவர்களுடைய விற்பனையைப் பற்றியும், அவர்களுடைய செயல்நடவடிக்கைகளைப் பற்றியும் விவாதித்து அவர்களிடமிருந்து பின்னூட்டக்கருத்துகளைப் பெறுங்கள், அவர்களுக்கு உங்களுடைய பின்னூட்ட அபிப்பிராயங்களைக் கொடுங்கள்.

அத்தியாயம் ஆறு

விற்பனை வெற்றியின் உளவியல்

இருபதாம் நூற்றாண்டில் உளவியல் துறையில் நிகழ்ந்துள்ள மிகப் பெரிய புரட்சி, ‘சுய கருத்துரு’ என்ற கண்டுபிடிப்பாகும். ஒரு விற்பனையாளரின் சுய கருத்துருவுக்கும் (அவர் தன்னைப் பற்றிக் கொண்டிருக்கின்ற எண்ணங்கள், உணர்வுகள் மற்றும் நம்பிக்கைகள்) அவருடைய விற்பனைச் செயல்திறனுக்கும் இடையே ஒரு நேரடித் தொடர்பு இருக்கிறது என்பதும் தெரிய வந்துள்ளது.

விற்பனை செய்வதில் தாங்கள் எந்த அளவுக்குச் சிறந்து விளங்குகிறோம் என்று மக்கள்

நம்புகிறார்களோ, அதே அளவுக்குத்தான் அவர்களால் விற்பனையில் சிறப்பாகச் செயல்பட முடிகிறது. தலைசிறந்த விற்பனையாளர்கள், நிறைய விற்பதற்கு ஆசைப்படுவதோடு நின்றுவிடுவதில்லை. விற்பனைத் துறையில் ஓர் உன்னதமான நிலையில் இருக்கின்ற ஒருவராக அவர்கள் தங்களைக் கருதுகின்றனர். அவர்களுடைய இந்தச் சுய கருத்துரு காரணமாக, தங்களைப் பற்றியும் தங்களுடைய திறமைகளைப் பற்றியும் சந்தேகம் கொண்டிருக்கின்ற நபர்களைவிட இவர்கள் அதிகமாக விற்பனை செய்கின்றனர்.

பல விதமான சுய கருத்துருகள்

அதேபோல, தங்களால் எந்த அளவு சம்பாதிக்க முடியும் என்பது குறித்து மக்களுக்கு ஒரு சுய கருத்துரு இருக்கிறது. தங்களுடைய வருவாய் குறித்து மக்கள் கொண்டிருக்கும் அந்த உச்ச அளவுக்கு மேல் அவர்களால் சம்பாதிக்க முடியாது. அதைவிட அதிகமான வருவாயை அவர்கள் ஈட்டினால், அவர்கள் அதைத் தேவையற்ற விஷயங்களில் செலவழித்து, தங்களுடைய வருவாய் குறித்துத் தாங்கள் கொண்டுள்ள சுய கருத்துரு அளவுக்குக் கிட்டத்தட்ட அருகே கொண்டு வந்துவிடுவார்கள்.

தங்களுடைய வருவாய் குறித்து அவர்கள் கொண்டிருக்கும் அந்த உச்ச அளவுக்குக் குறைவாக அவர்கள் சம்பாதித்தால், அதை ஈடுகட்டும் பல நடவடிக்கைகளில் ஈடுபட்டு, வருவாய் குறித்து அவர்கள் கொண்டுள்ள கருத்துரு அளவுக்குக் கிட்டத்தட்ட அதை உயர்த்திவிடுவர். அதற்காக அவர்கள் கடினமாக உழைக்கத் தயங்க மாட்டார்கள், சம்பாதிப்பதற்குக் கூடுதல் நேரம் செலவிட முயல்வர், வருவாயை உயர்த்துகின்ற பிற வழிகளில் ஈடுபடுவர்.

செயல்திறன் மேம்பாடு

செயல்திறனில் நீங்கள் மேம்பாடு அடைய வேண்டும் என்றால், அதற்கு முதலில் உங்களைக் குறித்து நீங்கள் கொண்டுள்ள சுய கருத்துருவை மாற்ற வேண்டும். ஒரு விற்பனை மேலாளர் என்ற முறையில், நீங்கள் உங்களைக் குறித்துக் கொண்டுள்ள சுய கருத்துருவை மாற்றிக் கொள்கின்றபோது, உங்களால் உங்களுடைய விற்பனைக் குழுவின் செயல்திறனையும் மேம்படுத்த முடியும்.

உங்களுடைய விற்பனையாளர் தன்னுடைய விற்பனைத் திறன் குறித்துக் கொண்டிருக்கின்ற சுய கருத்துருவை மாற்றிக் கொள்ள உதவுவதும் உங்களுடைய முக்கியமான வேலைகளில் ஒன்று. பொதுவாக, மக்கள் அதிகாரத்துவ ஆளுமையைக் கொண்டிருக்கின்ற நபர்களின் செல்வாக்குக்குத் தங்களை ஆட்படுத்திக் கொள்கின்றனர். அதில் பெற்றோர், அலுவலக மேலதிகாரிகள் மற்றும் ஒருவருடைய வாழ்வில் இடம்பெற்றுள்ள முக்கியமான பிற நபர்கள் அடங்குவர். அதன் அடிப்படையில் பார்த்தால், உங்களுடைய விற்பனையாளரின் சுய கருத்துருவின்மீது தாக்கம் ஏற்படுத்தவல்ல ஒரு முக்கியமான நபராக நீங்கள் இருக்கிறீர்கள்.

சுய கருத்துருவின் மூன்று அம்சங்களை நீங்கள் தெரிந்து வைத்திருக்க வேண்டும். சுய இலட்சியம், சுயபிம்பம், சுயமதிப்பு ஆகியவையே அந்த மூன்றும். உங்களுடைய விற்பனையாளரின் சுய கருத்துரு தொடர்பான இந்த மூன்று அம்சங்களில் ஒன்று அல்லது அதற்கு மேற்பட்டவற்றை மேம்படுத்த நீங்கள் மேற்கொள்கின்ற அனைத்து நடவடிக்கைகளும், அவர்களுடைய செயல்திறனின் மேம்பாட்டில் ஒரு நேர்மறையான தாக்கம் ஏற்படுத்தும்.

சுய இலட்சியம்

உங்களுடைய விற்பனையாளர் தன்னைப் பற்றிக் கொண்டிருக்கின்ற உயர்ந்த இலட்சியவாதக் கண்ணோட்டம் இது. இந்த சுய இலட்சியம், அந்த விற்பனையாளர் அடைய விரும்புகின்ற இலக்குகள், அவருடைய விருப்பங்கள், அவர் கொண்டிருக்க விரும்புகின்ற விழுமியங்கள் போன்றவற்றின் ஒரு தொகுப்பாகும். இவை குறித்து ஒருவருக்கு எவ்வளவு அதிகத் தெளிவு இருக்கிறதோ அவ்வளவு விரைவாக அவரால் இவற்றைக் கொண்டிருக்கின்ற அந்த இலட்சியவாத நபராக ஆக முடியும். ஒருவருடைய நடத்தை மற்றும் உணர்ச்சிகளின்மீது ஒருவருடைய சுய இலட்சியக் கண்ணோட்டம் பெரும் தாக்கம் ஏற்படுத்தும்.

உங்களுடைய விற்பனையாளரின் சுய இலட்சியக் கண்ணோட்டத்தை உயர்த்துவதற்கு, அவர் உங்களுடைய துறையிலுள்ள தலைசிறந்த நபர்களைத் தன்னுடைய முன்மாதிரிகளாக வரித்துக் கொள்ள நீங்கள் அவரை ஊக்குவிக்க வேண்டும். உங்களுடைய நிறுவனத்தில், உங்களுடைய அலுவலகத்தில், உங்களுடைய துறையில் அல்லது வேறு துறையில் தலைசிறந்து விளங்குகின்ற நபர்களை உங்களுடைய விற்பனையாளரிடம் மேற்கோள் காட்டி, "இப்படிப்பட்ட ஒரு நபராக ஆவதற்கான அனைத்துப் பண்புநலன்களும் உங்களிடம் இருக்கின்றன. நீங்கள் கடினமாக உழைத்து, சரியான விஷயங்களைக் கற்றுக் கொண்டு அவற்றைக் கடைபிடித்து வந்தால், உங்களாலும் அவரைப்போலத் திகழ முடியும்," என்று கூறுங்கள்.

உங்களுடைய விற்பனையாளரின் சுய இலட்சியக் கண்ணோட்டத்தை மேம்படுத்த முயல்கின்றபோது, நீங்கள் ஒரு விஷயத்தை நினைவில் வைத்துக் கொள்ள வேண்டும். அவருடைய உடனடி முன்மாதிரி நீங்கள்தாம். உங்களுடைய பதவியும் உங்களுடைய

ஆளுமையும் அவர்மீது பெரும் தாக்கம் ஏற்படுத்திக் கொண்டிருக்கும். அதனால், உங்களுக்குக் கீழே இருக்கின்ற விற்பனையாளர்கள் தங்களுடைய வேலையில் சிறந்து விளங்க வேண்டும் என்று நீங்கள் விரும்பினால், நீங்கள் ஒரு சிறந்த விற்பனை மேலாளராக ஆக வேண்டும்.

உங்களுக்குக் கீழே பணியாற்றுகின்ற உங்களுடைய விற்பனையாளர்கள் குழுவின் தரம், பொதுவாக உங்களுடைய தனிப்பட்டப் பண்புநலன்கள் மற்றும் திறமைகளின் பிரதிபலிப்பாகத்தான் இருக்கும். உங்களுடைய விற்பனையாளர்களுக்கு உங்களைப் பிடித்திருக்கின்றபோது, அவர்கள் உங்களை மதிக்கின்றபோது, அவர்கள் உங்களைக் கொண்டாடுகின்றபோது, அவர்கள் உங்களைப்போல ஆக மேலும் மேலும் பாடுபடுவர். அதனால் தொடர்ந்து உங்களிடமே நீங்கள் இந்தக் கேள்வியைக் கேட்டுக் கொள்ள வேண்டும்: "என்னுடைய இந்த நிறுவனத்திலுள்ள அனைவரும் என்னைப்போல ஆகிவிட்டால், இந்த நிறுவனம் எப்படி இருக்கும்?"

சுயபிம்பம்

தினமும் கணந்தோறும் உங்களுடைய செயல்திறனைத் தீர்மானிப்பது நீங்கள் உங்களைப் பற்றிக் கொண்டிருக்கின்ற சுயபிம்பம்தான். இது உங்களுடைய அகக் கண்ணாடி என்றும் அழைக்கப்படுகிறது. அடுத்து வரவிருக்கின்ற நிகழ்ச்சியில் நீங்கள் எவ்வாறு நடந்து கொள்ள வேண்டும் என்பதை நீங்கள் இந்த அகக் கண்ணாடியில்தான் பார்ப்பீர்கள். நீங்கள் எப்படிச் செயல்படுகிறீர்கள் என்பதை உங்களுடைய சுயபிம்பம்தான் தீர்மானிக்கிறது.

உங்களுடைய சுயபிம்பம் மூன்று காரணிகளால் தீர்மானிக்கப்படுகிறது. முதலாவது, உங்களுடைய சுய இலட்சியக் கண்ணோட்டத்தோடு ஒப்பிடுகையில்

நீங்கள் உங்களைப் பார்க்கின்ற விதம். உங்களால் எந்த அளவுக்கு ஆகச் சிறந்த நபராகச் செயல்பட முடியுமோ அந்த அளவுக்கு நீங்கள் செயல்பட்டுக் கொண்டிருப்பதாக நீங்கள் உணர்ந்தால், உங்களுடைய சுயபிம்பமும் அந்த அளவுக்கு அதிக நேர்மறையானதாக இருக்கும், அந்த அளவுக்கு உங்களுடைய விற்பனைத் திறன் அதிகரிக்கும்.

உங்களை மற்றவர்கள் எப்படிப் பார்க்கிறார்கள், அவர்கள் உங்களைப் பற்றி என்ன பேசிக் கொள்கிறார்கள் போன்றவை குறித்து நீங்கள் உங்கள் மனத்தில் உருவாக்கி வைத்துள்ள எண்ணம் உங்களுடைய சுயபிம்பத்தின் இரண்டாவது அம்சம். பிறர் நம்மைப் பற்றி வைத்திருக்கின்ற அபிப்பிராயங்களால் நாம் மிகவும் பாதிக்கப்படுகிறோம். உங்களுடைய விற்பனையாளர்களை நீங்கள் தொடர்ந்து பாராட்டியும் புகழ்ந்தும் வந்தால், அவர்கள் தங்களை மிகவும் தகுதி வாய்ந்தவர்களாகக் கருதுவர், வாடிக்கையாளர்களிடம் உறவாடுகின்றபோது தங்களை அப்படி வெளிப்படுத்திக் கொள்வர்.

உங்களைப் பற்றி மற்றவர்கள் எப்படிச் சிந்திக்கிறார்கள் என்பது குறித்து நீங்கள் உங்கள் மனத்தில் உருவாக்கி வைத்துள்ள எண்ணம், உங்களுடைய சுயபிம்பத்தின் மூன்றாவது அம்சம். தன்னைப் பற்றித் தன் விற்பனை மேலாளர் ஒரு நல்ல அபிப்பிராயம் வைத்துள்ளார், தன்னை மதிக்கிறார் என்று உங்களுடைய விற்பனையாளர் உணர்ந்தால், களத்தில் அவருடைய செயல்திறன் வெகுவாக அதிகரிக்கும்.

ஒருவர் ஒரு புதிய வேலையில் சேர்கின்றபோதெல்லாம், அந்த வேலையில் தன்னால் எப்படிச் செயல்பட முடியும் என்பது குறித்தப் புதியதொரு சுயபிம்பத்தை உருவாக்கிக் கொள்வதற்கு ஒரு வாய்ப்பு இருக்கிறது என்பது நல்ல செய்தி. ஒருவர் புதிதாக வேலைக்குச் சேர்கின்ற முதல் கணத்தில் அவர்

தன்னுடைய மேலாளரால் எப்படி நடத்தப்படுகிறார் என்பதிலிருந்தே அவருடைய சுயபிம்பத்தின் உருவாக்கம் தொடங்கிவிடுகிறது. உங்களிடம் புதிதாகச் சேர்கின்ற விற்பனையாளர்களை நீங்கள் இருகரம் நீட்டி வரவேற்று, அவர்கள்மீது நம்பிக்கை வைத்து, அவர்களுடைய செயல்களை மெச்சுகின்றபோது, அவர்கள் எந்த அளவுக்கு விரைவாகச் சாதனை படைக்கின்ற ஒரு விற்பனையாளராக ஆகின்றனர் என்பதைக் கண்டு நீங்கள் அதிசயித்துப் போவீர்கள்.

சுயமதிப்பு

உங்களுடைய ஆளுமையின் மிக முக்கியமான அம்சம் இது. ஒருவருடைய செயல்திறனைக் கட்டுப்படுத்துகின்ற வால்வு என்று இதை வர்ணிக்கலாம்.

ஒருவருடைய சுயமதிப்பின் அளவுக்கும் அவருடைய விற்பனைத் திறனுக்கும் இடையே ஒரு நேரடித் தொடர்பு இருப்பதாகத் தெரிகிறது. ஒருவர் தன்மீது வைத்திருக்கின்ற சுயமதிப்பை அதிகரிப்பதற்கு இட்டுச் செல்கின்ற காரியங்களில் நீங்கள் ஈடுபடுகின்றபோது, அது அவர்களுடைய உற்சாகத்தைக் கூட்டி, களத்தில் அவர்களுடைய செயல்திறனை மேம்படுத்துகிறது.

உங்களுடைய விற்பனையாளர்கள் தங்களை முக்கியமானவர்களாகவும் மதிப்புமிக்கவர்களாகவும் உணரச் செய்வது ஒரு விற்பனை மேலாளர் என்ற முறையில் உங்களுடைய பொறுப்புகளில் ஒன்று. அது அவர்களுடைய சுயமதிப்பை அதிகரித்து, அவர்களுடைய சுயபிம்பத்தை மேம்படுத்தி, அவர்கள் முன்பைவிடச் சிறப்பாகச் செயல்பட அவர்களை ஊக்குவிக்கிறது.

ஒருவருடைய சுயமதிப்பை அதிகரிக்க வைக்கின்ற காரணிகளில் முக்கியமானது அவர்களை வெற்றியாளர்களாக உணர வைக்கின்ற விற்பனை வெற்றி. உங்களுடைய விற்பனையாளர்கள்

விற்பனையைச் செய்வதற்கும் அதன் மூலம் வருவாய் ஈட்டுவதற்கும் அவர்களுக்கு அளிக்கப்படுகின்ற பயிற்சியும் ஊக்குவிப்பும் அவர்களுடைய சுயமதிப்பை வெகுவாக உயர்த்தும்.

செயல்முறைப் பயிற்சிகள்

1. உங்களுடைய விற்பனையாளர்களின் விற்பனை உளவியலாளராக மாறுங்கள். அவர்களுடைய சுயமதிப்பையும் சுயபிம்பத்தையும் உயர்த்துவதன் மூலம் அவர்களுடைய செயல்திறனை அதிகரிப்பதற்கான வழிகளைக் கண்டறிவதற்கு எப்போதும் தொடர்ந்து முயற்சி செய்து வாருங்கள்.
2. உங்களுடைய விற்பனையாளர்களை வெற்றியாளர்களாக உணரச் செய்வதற்கான பொறுப்பு உங்களுடையது என்பதை ஏற்றுக் கொள்ளுங்கள். அவர்களுடனான உரையாடல்களை, பாராட்டு, அங்கீகாரம் அல்லது ஊக்குவிப்போடு தொடங்குங்கள்.

அத்தியாயம் ஏழு

செயல்திறன் சூத்திரத்தைப் பயிற்சி செய்யுங்கள்

இன்று ஒரு விதத்தில் செயல்பட்டுக் கொண்டிருக்கும் ஒருவரால், வருங்காலத்தில் ஒரு மேம்பட்ட விதத்தில் செயல்பட முடியும். இதுதான் செயல்திறனுக்கான சூத்திரம்: திறமை X ஊக்குவிப்பு = செயல்திறன். அதே நேரத்தில், நீங்கள் எட்டக்கூடிய உயரத்தை நிர்ணயிப்பதில் உங்களுடைய மனப்போக்கு ஒரு முக்கியப் பங்கு வகிக்கிறது.

திறமை என்பது ஒரு வேலைக்குத் தேவைப்படுகின்ற ஓர் அடிப்படை அம்சம். ஒருவர் பெற்றுள்ள அனுபவம், பயிற்சி, கல்வி போன்றவை அத்திறமையை மெருகேற்றுகின்றன.

திறமை என்பது ஒருவர் பிறக்கும்போதே அவருடன் தோன்றியிருக்கின்ற ஒன்றாக இருக்கலாம் அல்லது அவர்

இடையில் வளர்த்துக் கொண்ட ஒன்றாக இருக்கலாம். விற்பனையில் அல்லது விற்பனை நிர்வாகத்தில் ஒருவர் கொண்டிருக்கின்ற அனுபவம் அவர் விற்பனையில் சிறப்பாகச் செயல்பட வெகுவாக உதவும். திறமை என்பது பயிற்சியால் மேம்படும் என்பது வெளிப்படை.

திறமையை முடுக்கிவிடுதல்

ஒரு விற்பனை மேலாளர் என்ற முறையில் உங்களால் உங்களுடைய விற்பனையாளரின் இயல்பான திறமையையோ அல்லது அவர் பெற்றுள்ள அனுபவத்தையோ மாற்ற முடியாது. ஏனெனில், அவை அவருடைய கடந்தகாலம் சார்ந்தவை. நீங்கள் ஒரு விற்பனையாளரை வேலைக்கு எடுக்கின்றபோது அவருடன் சேர்ந்து வருபவை அவை.

ஆனால், பயிற்சி, கல்வித் தகுதி, தனிநபர் வளர்ச்சி ஆகியவற்றை உங்களால் மாற்ற முடியும். நீங்கள் சரியான ஆளுமையுடனும் மனப்போக்குடனும் இருக்கின்ற நபர்களை வேலைக்கு எடுத்துக் கொள்கின்றபோது, உங்களுடைய நிறுவனத்திற்கு அவர்கள் அளிக்கக்கூடிய பங்களிப்பை நிர்ணயிக்கின்ற அவர்களுடைய திறமையை, தொடர்ச்சியான பயிற்சியின் மூலமும், அவர்கள் தங்களுடைய கல்வித் தகுதியை மேம்படுத்திக் கொள்ள உதவுவதன் மூலமும் வெகுவாக மேம்படுத்த முடியும். ஒரு விளையாட்டு வீரர் ஓர் அணியில் சேர்வதைப் போன்றது இது.

பல ஆண்டுகளின் ஊடாக, நான் 68 நாடுகளைச் சேர்ந்த ஆயிரத்திற்கும் அதிகமான பெரிய நிறுவனங்களோடு இணைந்து பணியாற்றியுள்ளேன். அதன் மூலம், வெற்றிகரமாகத் திகழ்கின்ற அனைத்து நிறுவனங்களும், மிகச் சிறப்பாகச் செயல்படுகின்ற விற்பனைப் படைகளைக் கொண்டுள்ளன என்பதை நான் அறிந்து கொண்டேன். ஐபிஎம், ஜெராக்ஸ், கூகுள், மைக்ரோசாஃப்ட், ஹியூலெட் பேக்கர்டு உட்பட

அனைத்துப் பெரிய நிறுவனங்களும் தம்முடைய ஊழியர்களின் பயிற்சிக்காக ஆண்டுதோறும் பல இலட்சக்கணக்கான டாலர்களைச் செலவழிக்கின்றன. விற்பனை அல்லது வேறு துறைகளின் வெற்றிக்கும், ஊழியர்களுக்கு அளிக்கப்படுகின்ற பயிற்சிகளுக்கும் இடையே ஒரு நேரடித் தொடர்பு இருப்பதை அவை அறிந்துள்ளன.

ஊக்குவிப்பின் நான்கு அம்சங்கள்

ஊக்குவிப்பு நான்கு காரணிகளின் விளைவாகும். தலைமைத்துவம், நிறுவனச் சூழல், வெகுமதிகள், தனிநபர்களின் தேவைகள் ஆகியவையே அந்த நான்கும். அந்த நான்கு அம்சங்களின்மீதும் உங்களால் தாக்கம் ஏற்படுத்த முடியும். அவற்றை ஒவ்வொன்றாகப் பார்க்கலாம்.

தலைமைத்துவம்

ஒரு விற்பனைக் குழுவின் முக்கியமான நபர் அக்குழுவின் தலைவரான விற்பனை மேலாளர். தங்களுக்குக் கீழ் பணிபுரிகின்ற ஒவ்வொரு நபரின் செயல்திறனின்மீதும் அவர்கள் கொண்டிருக்கின்ற ஊக்குவிப்பின்மீதும் விற்பனை மேலாளர்களால் தாக்கம் ஏற்படுத்த முடியும். உங்களுடைய தலைமைத்துவத் திறன் (பிறருக்கு உத்வேகமளிக்கின்ற, தாங்கள் சுய அதிகாரம் பெற்றுள்ளவர்களாக அவர்களை உணரச் செய்கின்ற, அவர்களுக்கு ஊக்குவிப்பு அளிக்கின்ற திறன்), உங்களுக்குக் கீழே பணிபுரிகின்ற விற்பனையாளர்களின் செயல்திறனின் மேம்பாட்டில் ஒரு முக்கியமான அம்சமாகும். தங்களுடைய விற்பனை மேலாளர்கள் தங்களுடைய நிறுவனத்தின் ‘அதிமுக்கியமான திறன் அம்சங்கள்’ என்று ஐபிஎம் நிறுவனம் கருதுகிறது. ஒரு நிறுவனத்தின் விற்பனை

மேலாளரின் செயல்திறனை மேம்படுத்துவது அல்லது அந்த விற்பனை மேலாளரையே மாற்றுவது விற்பனை விளைவுகளின்மீது உடனடியான, குறிப்பிடத்தக்க விளைவுகளை ஏற்படுத்தும்.

நிறுவனச் சூழல்

உங்கள் நிறுவனம் மக்கள் வேலை செய்வதற்கான மிகச் சிறந்த இடமாக விளங்குகிறதா? உங்கள் நிறுவனத்தில் வேலை செய்பவர்கள் மகிழ்ச்சியாகவும் நேர்மறையாகவும் உற்சாகமாகவும் இருக்கிறார்களா? அவர்கள் பிறருடன் சுமூகமாக இணைந்து வேலை பார்க்கிறார்களா? தினமும் வேலைக்கு வருவதில் அவர்கள் உற்சாகம் காட்டுகிறார்களா? தங்களுடைய அபிப்பிராயங்களையும் யோசனைகளையும் தங்களுடைய மேலதிகாரிகளிடம் வெளிப்படையாகவும் பயமின்றியும் வெளிப்படுத்துவதற்கான சுதந்திரம் அவர்களுக்கு இருக்கிறதா?

வேலை செய்வதற்கு மிகச் சிறந்த ஓரிடமாக நீங்கள் உங்களுடைய நிறுவனத்தைக் கட்டமைத்துள்ளீர்களா என்பதைக் கண்டறிவதற்கு ஓர் எளிய வழி இருக்கிறது. அதற்குச் 'சிரிப்புச் சோதனை' என்று பெயர். சிரிப்பு என்பது திட்டமிடப்படாத முறையிலும் தன்னிச்சையாகவும் மலர்கின்ற ஒன்று என்பதால், எந்தவொரு குழுவினருக்கு இடையேயும் தரமான உறவு நிலவுகிறதா என்பதைக் கண்டறிவதற்கான உண்மையான சோதனை அதுதான்.

ஒரு நல்ல நிறுவனத்தில் மக்கள் அதிகமாகச் சிரித்துக் கொண்டிருப்பர். அவர்கள் ஏராளமான நகைச்சுவையை ஒருவருக்கொருவர் பரிமாறிக் கொள்வர். அவர்கள் எப்போதும் சிரித்த முகங்களுடனும் உற்சாகத்துடனும் காணப்படுவர். அவர்கள் வேலை செய்கின்ற இடங்களில் அவர்கள் மகிழ்ச்சியாக இருப்பது வெளிப்படையாகத் தெரியும். மக்கள் எவ்வளவு அதிகமாகச் சிரித்துக்

கொண்டிருக்கிறார்களோ, அவர்கள் அவ்வளவு அதிகத் தன்னம்பிக்கையுடனும் நன்னம்பிக்கையுடனும் இருப்பர், அவ்வளவு அதிகமாக விற்பனை செய்வர்.

வெகுமதிகள்

குருச்சேவ் கூறியபடி, "நீங்கள் அதை என்ன பெயரில் வேண்டுமானாலும் அழைத்துக் கொள்ளுங்கள். ஆனால், ஊக்கத் தொகைகளும் ஊக்கச் சலுகைகளும் சந்தேகத்திற்கு இடமில்லாமல் மக்களை ஊக்குவிக்கின்றன."

விற்பனையாளர்கள் இரண்டு வழிகளில் ஊக்கம் பெறுகின்றனர். ஒன்று, பணம். மற்றொன்று, அந்தஸ்து. கூடுதல் பணம் சம்பாதிப்பதற்கான வாய்ப்பும் சாத்தியக்கூறும் விற்பனையாளர்களை ஊக்குவிக்கின்றன. தலைசிறந்த விற்பனையாளர்களாகத் திகழ்கின்ற நபர்களை மற்ற எந்தவொரு காரணியையும்விட இந்த அம்சம்தான் அதிகமாக ஊக்குவிக்கிறது.

ஒரு நிறுவனத்தில் அவர்களுக்கு அளிக்கப்படுகின்ற முக்கியத்துவம் மூலம் அவர்களுக்குக் கிடைக்கின்ற அந்தஸ்தும் அவர்களை வெகுவாக ஊக்குவிக்கிறது. அதற்காக, வெறுமனே அந்தஸ்தை வழங்குவதன் மூலம் உங்களுடைய விற்பனையாளர்களை உங்களால் ஊக்குவித்துவிட முடியும் என்று தப்புக் கணக்குப் போட்டுவிடாதீர்கள்.

பெருநிறுவனங்களில் இருக்கின்ற உயரதிகாரிகள் பெரும்பாலும் விற்பனைத் துறையில் இருந்து வந்தவர்களாக இருப்பதில்லை. அதனால், விற்பனையாளர்கள் பணத்தால் ஊக்குவிக்கப்படுவதில்லை என்றோ அல்லது அவர்கள் பணத்தால் ஊக்குவிக்கப்படக்கூடாது என்றோ அந்த உயரதிகாரிகள் கருதுகின்றனர். தங்களுடைய வேலைமீது உள்ள நேசத்தால் அல்லது நிறுவனத்தின்மீதுள்ள விசுவாசத்தால்தான் விற்பனையாளர்கள் உத்வேகம்

பெற வேண்டும் என்று அவர்கள் நினைக்கின்றனர். இது ஒரு தவறான கண்ணோட்டம்.

1990களில் சிலிக்கான் வேல்லியில் படுவேகமாக வளர்ந்து கொண்டிருந்த ஒரு நிறுவனத்தின் தலைவர் (அவர் ஒருபோதும் விற்பனையில் இருந்ததில்லை), தங்களுடைய நிறுவனத்தில் வேலை செய்த அனைத்து விற்பனையாளர்களுக்கும், அவர்களுடைய விற்பனை விளைவுகள் எப்படி இருந்தாலும் ஒரே சம்பளம்தான் வழங்கப்படும் என்று அறிவித்தார். அதிகமாக விற்பனை செய்வதற்காக விற்பனையாளர்கள் தங்களுக்குள் அடித்துக் கொள்வது பொருத்தமற்றது என்று அவர் கருதினார். விற்பனையாளர்கள் பணம் அல்லாத வேறு ஒன்றால் ஊக்குவிப்புப் பெற வேண்டும் என்பது அவருடைய எண்ணமாக இருந்தது. அவர் இதை தேசிய ஊடகத்தின் மூலமாக அறிவித்தார்.

அடுத்து என்ன நடந்திருக்கும் என்று நீங்கள் நினைக்கிறீர்கள்? அடுத்த ஆறு மாதங்களுக்குள், அந்த நிறுவனத்தில் வேலை செய்து கொண்டிருந்த தலைசிறந்த விற்பனையாளர்கள் அனைவரும் அந்த நிறுவனத்திலிருந்து விலகி, அதிக விற்பனைக்குப் பிரமாதமான வெகுமதியளித்தப் போட்டி நிறுவனங்களில் சேர்ந்துவிட்டனர். நிலையாக வருகின்ற சம்பளம் போதும் என்ற மனநிலையைக் கொண்டிருந்த சராசரி விற்பனையாளர்கள் மட்டுமே அங்கு மிஞ்சினர். அதற்கு அடுத்த ஆறு மாதங்களுக்குள், அந்த நிறுவனம் அதலபாதாளத்திற்குச் சரிந்தது. அந்த நிறுவனத்திற்குப் போட்டியாகத் திகழ்ந்த நிறுவனங்கள் அந்த நிறுவனத்தை அப்படியே விழுங்கிவிட்டன. ஒரே ஆண்டுக்குள் தங்களுடைய நிறுவனத்தின் விற்பனை ஏன் 80 சதவீதம் சரிந்தது என்பதை அந்த நிறுவனம் இன்றுவரை உணரவில்லை. அந்த நிறுவனத்தில் முதலீடு செய்திருந்தவர்கள் பெரும் பணத்தை இழந்தனர்.

தனிநபர் தேவைகள்

தங்களுடைய விற்பனை வாழ்க்கையில் வெவ்வேறு நிலைகளில் இருக்கின்ற விற்பனையாளர்கள், தங்களால் முடிந்த அளவு சிறப்பாகச் செயல்படுவதற்கு வெவ்வேறு விதமான தேவைகளைக் கொண்டிருக்கின்றனர்.

புதிய விற்பனையாளர்களுக்கு ஒரு தெளிவான விற்பனைக் கட்டமைப்பும் மேற்பார்வையும் தேவை. அவர்கள் என்ன செய்ய வேண்டும் என்பதையும், அதை எப்போது செய்ய வேண்டும் என்பதையும் அவர்களுக்குத் தெரியப்படுத்த வேண்டும். அதோடு, அவர்களுக்கு ஒதுக்கப்பட்டுள்ள வேலைகளை அவர்கள் ஒழுங்காகச் செய்கிறார்களா, அதைச் சரியான காலக்கெடுவுக்குள் செய்கிறார்களா என்பது தொடர்ந்து கண்காணிக்கப்பட வேண்டும்.

மூத்த விற்பனையாளர்களின் தேவை வேறு விதமானது. அவர்கள் தங்கள் போக்கில் செயல்படும்படி விட்டுவிடப்பட வேண்டும். விற்பனை மேலாளர்கள் அவர்களுடன் ஒரு தோழமையான உறவு கொண்டிருப்பதோடு நிறுத்திக் கொள்ள வேண்டும். தங்களுடைய சுதந்திரம் கட்டுப்படுத்தப்படுவதையும், தாங்கள் அளவுக்கு அதிகமாகக் கட்டுப்படுத்தப்படுவதையும் அவர்கள் விரும்புவதில்லை.

ஒரு விற்பனை மேலாளர் என்ற முறையில், உங்களின் கீழ் பணிபுரிகின்ற விற்பனையாளர்களின் தேவைகள் என்ன என்பதைக் கண்டுபிடித்து அவற்றைப் புரிந்து கொள்வது உங்களுடைய பொறுப்பாகும். சிலருக்கு அதிகமான வழிகாட்டுதல் தேவைப்படலாம். அப்படிப்பட்டவர்களுடன் நீங்கள் அடிக்கடி உரையாட வேண்டியிருக்கும். ஒரு குறிப்பிட்டக் கால இடைவெளியில் அவர்களிடமிருந்து பின்னூட்டக்கருத்துகள் பெறப்பட வேண்டியிருக்கும். அவர்களுக்குப் பயிற்சிகளும் தேவைப்படலாம். வேறு

சிலருக்கு இவை எதுவும் தேவைப்படாமல் இருக்கலாம். அவர்களை நீங்கள் அவர்கள் போக்கில் விட்டுவிட வேண்டும்.

நீங்கள் உங்களிடம் இதுபோன்ற கேள்விகளைக் கேட்டுக் கொள்ள வேண்டும்: "என்னுடைய விற்பனையாளர்களுக்கு எந்த மாதிரியான ஊக்குவிப்புத் தேவைகள் இருக்கின்றன? இந்தக் குறிப்பிட்ட விற்பனையாளர் தன்னுடைய ஆகச் சிறந்த செயல்திறனை வெளிப்படுத்துவதற்கு நான் என்ன செய்ய வேண்டும்?"

பெரும்பாலானவர்களின் விஷயத்தில் இக்கேள்விகளுக்கான பதில் சிக்கலற்று இருக்கும். அவர்களுக்குத் தேவைப்படுகின்ற விஷயங்களில் இவை இருக்கலாம்: தெளிவான விற்பனை இலக்குகளும் நோக்கங்களும்; தெளிவாக, எழுத்து வடிவில் இருக்கின்ற, காலக்கெடுவுடன்கூடிய, அவர்களிடமிருந்து எதிர்பார்க்கப்படுகின்ற செயல்திறன்; விற்பனை வெற்றி அனுபவங்கள்; விற்பனை விளைவுகளின் அடிப்படையில் வழங்கப்படுகின்ற ஊக்கச் சலுகைகள்; பாராட்டுகள் மற்றும் அங்கீகாரங்கள். இவற்றை நீங்கள் அவர்களுக்கு அளித்தால், எந்தவொரு சந்தையிலும் அவர்களால் விற்பனையில் சாதனைகளை நிகழ்த்திக் காட்ட முடியும்.

செயல்முறைப் பயிற்சிகள்

1. முதலில், உங்களின் கீழ் பணிபுரிகின்ற அனைத்து விற்பனையாளர்களின் பெயர்களையும் வரிசையாக எழுதிக் கொள்ளுங்கள். அவர்கள் இன்னும் மேம்பட்ட உற்பத்தித்திறனுடன் செயல்படுவதற்கு அவர்களுக்கு என்ன தேவை என்பதை ஓரிரு வார்த்தைகளில் அவர்களுடைய பெயர்களுக்கு எதிரே எழுதிக் கொள்ளுங்கள்.

2. உங்களால் சரியான சூழலை உருவாக்கிக் கொடுக்க முடிந்தால் உங்களுடைய விற்பனையாளர்கள் அனைவருமே சாம்பியன் விற்பனையாளர்களாக ஆவதற்குரிய திறமைகளைக் கொண்டிருக்கின்றனர் என்பதுபோல அவர்களை நடத்துங்கள்.

அத்தியாயம் எட்டு

உங்களுடைய தலைமைத்துவப் பாணியை மேம்படுத்திக் கொள்ளுங்கள்

செயல்திறன் சூத்திரத்தில் உடனடியாக மாற்றப்படக்கூடிய, அந்த மாற்றத்தின் மூலமாக உடனடியாகச் செயல்திறனில் மேம்பாட்டை ஏற்படுத்தக்கூடிய ஒரு விஷயம் உண்டென்றால், அது தலைமைத்துவப் பாணிதான். உங்களுடைய தனிப்பட்ட தலைமைத்துவத் திறமையை மேம்படுத்திக் கொள்ள நீங்கள் மேற்கொள்கின்ற ஒவ்வொரு நடவடிக்கையும், உங்களுடைய விற்பனைப் படையின்மீதும் விற்பனை விளைவுகள்மீதும் பன்மடங்கு தாக்கம் ஏற்படுத்தும். ஒரு விற்பனை மேலாளர் என்ற முறையில் சுயமேம்பாட்டிற்கு நீங்கள் உங்களை அர்ப்பணித்துக் கொள்கின்றபோது,

உங்களை நீங்கள் மேம்படுத்திக் கொள்வதற்கு எந்த வரம்பெல்லைகளும் இல்லை என்பது நல்ல செய்தி.

விற்பனையாளர்கள் உட்படப் பல ஆயிரக்கணக்கான ஊழியர்களிடம் மேற்கொள்ளப்பட்ட ஓர் ஆய்வில், அவர்களிடம், "உங்களுடைய தொழில்வாழ்க்கையில் நீங்கள் எதிர்கொண்டிருந்த மிகச் சிறந்த மேலதிகாரி யார், எந்தக் காரணத்திற்காக நீங்கள் அவரை அப்படிக் கருதுகிறீர்கள்?" என்ற கேள்வி கேட்கப்பட்டது. விற்பனைத் துறை மேலதிகாரிகள் உட்பட அனைத்து மேலதிகாரிகளிடமும் இரண்டு பண்புநலன்கள் இருந்ததை அந்த ஆய்வின் முடிவுகள் வெளிப்படுத்தின: தெளிவு மற்றும் கரிசனம்.

தெளிவு

தெளிவு என்றால் என்ன என்பது குறித்து இந்த ஆய்வில் பங்கேற்றவர்கள் கூறியது: "நான் என்ன செய்ய வேண்டும் என்று என்னுடைய விற்பனை மேலாளர் எதிர்பார்க்கிறார் என்பதை நான் எப்போதும் துல்லியமாக அறிந்திருந்தேன்." இந்த ஆய்வில் குறிப்பிடப்பட்டிருந்த விற்பனை மேலாளர்கள், தெளிவான இலக்குகளையும் நோக்கங்களையும் நிர்ணயித்து, அவற்றை விற்பனையாளர்களுடன் விவாதித்து, அவற்றை அவர்கள் அடைவதற்கு உதவியிருந்தனர். விற்பனையாளர்கள் காலையில் அலுவலகத்திற்குள் நுழைவதிலிருந்து மாலையில் அங்கிருந்து கிளம்பும்வரை தாங்கள் எதைச் செய்தாக வேண்டும் என்பதைத் தெளிவாக அறிந்திருந்தனர்.

என்னுடைய அனுபவத்தில், தொழில் மற்றும் விற்பனையில் மட்டுமல்லாமல் வாழ்க்கையிலும் வெற்றி பெறுவதில் தெளிவு 95 சதவீதப் பங்கு வகிப்பதை நான் உணர்ந்துள்ளேன். நிலைமை என்ன என்பது குறித்தும், எது சாதிக்கப்பட வேண்டும் என்பது குறித்தும், நீங்களும் உங்களுக்குக் கீழுள்ள விற்பனையாளர்களும்

எவ்வளவு தெளிவாக இருக்கிறீர்களோ, அவ்வளவு விரைவாகவும் சுலபமாகவும் உங்களால் நீங்கள் விரும்புகின்ற விளைவுகளை அடைய முடியும்.

கரிசனம்

தலைசிறந்த மேலதிகாரிகளிடம் காணப்பட்ட இரண்டாவது பண்புநலன் அவர்களுடைய கரிசனம். கரிசனம் என்றால் என்ன என்பது குறித்து இந்த ஆய்வில் பங்கேற்றவர்கள் கூறியது: "என்னுடைய மேலதிகாரி, நான் ஓர் ஊழியர் என்பதைத் தாண்டி, ஒரு மனிதன் என்ற முறையிலும் என்மீது உளமார்ந்த கரிசனம் காட்டினார்."

நடைமுறையில் அதன் அர்த்தம் இதுதான்: மேலதிகாரி தன்னுடைய ஊழியர்களிடம் அவர்களுடைய தனிப்பட்ட வாழ்க்கையைப் பற்றியும், குடும்ப வாழ்க்கையைப் பற்றியும் கரிசனத்துடன் விசாரித்தல். அதாவது, நீங்கள் அவரிடம் ஓர் ஊழியர் என்ற முறையில் உறவாடுகின்றபோது, அவருடைய வேலையைப் பற்றியும் அதன் விளைவுகளைப் பற்றியும் நீங்கள் பேசுவீர்கள். நீங்கள் அவரிடம் ஒரு மனிதர் என்ற முறையில் உறவாடுகின்றபோது, நீங்கள் அவரிடம் அவருடைய தனிப்பட்ட வாழ்க்கையைப் பற்றி அக்கறையுடன் விசாரித்தறிகிறீர்கள்.

மக்களுடைய சிந்தனையில் எத்தனை சதவீதம் உணர்ச்சிபூர்வமாகவும், எத்தனை சதவீதம் பகுத்தறிவுபூர்வமாகவும் இருக்கும் என்று நீங்கள் நினைக்கிறீர்கள்? இதற்கான பதில், மக்கள் 100 சதவீதம் உணர்ச்சிபூர்வமானவர்கள் என்பதுதான். அதனால், நீங்கள் ஒருவருடன் விரைவாக ஒரு தொடர்பை ஏற்படுத்திக் கொள்ள விரும்பினால், அதற்கு நீங்கள் அந்த நபரின் உணர்ச்சிபூர்வமான வாழ்க்கையைப் பற்றிக் கேள்விகள் கேட்டால் போதும். அதாவது, அவருடைய தனிப்பட்ட மற்றும் குடும்ப

வாழ்க்கையைப் பற்றி விசாரித்தறிய வேண்டும். இப்படி ஒரு மேலதிகாரி ஒருவரிடம் விசாரித்தால், அந்த நபருக்கு அந்த மேலதிகாரிமீது ஓர் இதமான உணர்வு ஏற்படும். அவர் அந்த மேலதிகாரியிடமும் அவருடைய நிறுவனத்திடமும் கூடுதல் விசுவாசத்துடனும் அர்ப்பணிப்புடனும் நடந்து கொள்வார்.

நான்கு விதமான தலைமைத்துவப் பாணிகள்

மேலதிகாரிகளின் தலைமைத்துவப் பாணியில் நான்கு விதங்கள் இருப்பதாகக் கூறப்படுகிறது. கூறுதல், விற்றல், நிர்வகித்தல், ஊக்குவித்தல் ஆகியவையே அந்த நான்கும்.

கூறுதல்

உங்களிடம் பணியாற்றிக் கொண்டிருக்கின்ற நபருக்குப் பொருத்தமான பாணியைக் கடைபிடிப்பது வெற்றிக்கு இன்றியமையாதது. எடுத்துக்காட்டாக, நீங்கள் புதிதாக வேலைக்கு எடுக்கின்ற நபருக்கு முதல் பாணியான கூறுதல் தேவைப்படக்கூடும். இங்கு நீங்கள், அவர்கள் என்ன செய்ய வேண்டும், அவர்களிடமிருந்து என்ன எதிர்பார்க்கப்படுகிறது, அவர்களுடைய செயல்திறன் எப்படி அளவிடப்படும் போன்றவற்றை அவர்களிடம் நேரடியாகக் கூறிவிடுவீர்கள். பின் அவர்கள் தங்களிடம் கூறப்பட்டுள்ளபடி காரியங்களை மேற்கொள்கிறார்களா என்பதை நீங்கள் கண்காணிப்பீர்கள்.

விற்றல்

இந்த இரண்டாவது பாணியில், நீங்கள் உங்களுடைய விற்பனையாளர்களிடம், அவர்கள் என்ன செய்து கொண்டிருக்கிறார்கள் என்பதையும், அவர்கள்

அதை எதற்காகச் செய்து கொண்டிருக்கிறார்கள் என்பதையும் விவரிப்பீர்கள். அவர்கள் தங்களுக்காகவும் தங்களுடைய நிறுவனத்திற்காகவும் அவர்களிடமிருந்து எதிர்பார்க்கப்படுகின்ற விற்பனை இலக்கை அடைவதற்குத் தேவையான நடவடிக்கைகளை எடுப்பதற்கு நீங்கள் அவர்களை ஊக்குவிப்பீர்கள்.

நிர்வகித்தல்

அனுபவம் வாய்ந்த விற்பனையாளர்களிடம் பயன்படுத்தப்பட வேண்டிய பாணி இது. பொதுவாக அவர்களுக்கு உங்களிடமிருந்து ஒரு சிறிய அளவிலான வழிகாட்டுதலே தேவைப்படும். நீங்கள் தெளிவான இலக்குகளையும் எதிர்பார்க்கப்படுகின்ற தரங்களையும் நிர்ணயிப்பீர்கள். பின் அதன் அடிப்படையில் அவற்றைத் தெளிவாக அளவிடுவீர்கள். அவர்களிடமிருந்து எதிர்பார்க்கப்படுவதை அவர்கள் செய்து கொண்டிருக்கிறார்களா என்பதை நீங்கள் அன்றாட அடிப்படையில் கண்காணிப்பீர்கள்.

ஊக்குவித்தல்

தற்போது இயங்கிக் கொண்டிருப்பதைவிட மேலான செயல்திறனுடன் விற்பனையாளர்கள் இயங்குவதற்கு அவர்களை ஊக்குவிக்கின்ற விதத்தில் நீங்கள் ஊக்கச்சலுகை முறைகளை இங்கு உருவாக்குவீர்கள். எடுத்துக்காட்டாக, பல பெரும் நிறுவனங்கள், விற்பனையில் சாதித்தல் குறித்தப் போட்டிகளை அவ்வப்போது அறிவிக்கும். அவை அன்றாடரீதியில், வாராந்திரரீதியில், மற்றும் மாதாந்திரரீதியில் நடத்தப்படக்கூடும். மிகப் பெரிய நிறுவனங்கள் வருடாந்திரப் போட்டிகளை அறிவிக்கின்றன. தங்களுக்கு நிர்ணயிக்கப்பட்டுள்ள விற்பனை இலக்குகளைத் தாண்டுகின்ற விற்பனையாளர்களுக்கு ஊக்கத்தொகை,

பரிசுகள், உல்லாச விடுமுறைகள், ரொக்கப் பணம் போன்றவை வழங்கப்படும்.

நான் ஆலோசனை வழங்கிக் கொண்டிருந்த நிறுவனங்களில் ஒன்றின் முதலாளி மிக எளிமையான ஊக்குவிப்புத் திட்டம் ஒன்றைக் கடைபிடித்து வந்தார். ஒரு மாதத்தில் மிக உயர்ந்த விற்பனையை எட்டியுள்ள விற்பனையாளரை அவர் தன்னுடன் அந்த நகரிலுள்ள மிக உயர்ந்த ஓட்டல் ஒன்றிற்கு, அடுத்த மாதம் முதல் நாள் மதிய உணவு உண்பதற்கு அழைத்துச் செல்வதை வழக்கமாகக் கொண்டிருந்தார். மிக அதிகமாக விற்றுக் கொண்டிருந்த விற்பனையாளர்களுக்கு ஒரு சிறு அளவிலான ரொக்கத் தொகை வசீகரமாக இருக்காது. ஆனால், தன் முதலாளியுடன் ஓர் உயர்தர ஓட்டலுக்கு உணவருந்தச் செல்வதை அந்தஸ்தின் ஓர் அடையாளமாக அவர்கள் பார்ப்பர் என்பதால், அது அவர்களுக்கு ஒரு பெரிய ஊக்குவிப்பாக இருக்கும்.

முதல் தேதியன்று தங்களுடைய முதலாளியுடன் சேர்ந்து உணவருந்தச் செல்கின்ற வாய்ப்பைப் பெறுவதற்காக, ஒரு நிறுவனத்தின் மொத்த விற்பனையில் கிட்டத்தட்ட 80 சதவீதத்தை மேற்கொள்கின்ற சிறந்த விற்பனையாளர்களின் விற்பனை நடவடிக்கைகள் மாதக் கடைசியில் சூடு பிடிக்கத் தொடங்கும்.

உங்களுடைய விற்பனையாளர்கள் தங்களுடைய உச்சபட்சச் செயல்திறனுடன் செயல்படுவதற்கு உதவுகின்ற எந்த மாதிரியான ஊக்கச் சலுகைகளை வழங்க நீங்கள் திட்டமிட்டுள்ளீர்கள்?

பொன் விதி

ஜெனரல் எலெக்ட்ரிக் நிறுவனத்தின் தலைவர் ஜாக் வெல்ச், ஒரு முறை தன்னுடைய நிறுவனத்தின் நிர்வாக அதிகாரிகளிடம் இவ்வாறு கூறினார்: "உங்களுடைய அலுவலகச் சூழல் தலைகீழாக ஆகி, இன்றிலிருந்து ஓராண்டு கழித்து, உங்களுக்குக் கீழே

பணியாற்றிக் கொண்டிருப்பவரின் கீழ் நீங்கள் வேலை செய்கின்ற நிலை வந்தால் எப்படி இருக்கும் என்று கற்பனை செய்து பார்த்து, அதன்படி நீங்கள் அவர்களை நடத்துங்கள்."

ஜெனரல் எலெக்ட்ரிக் நிறுவனம் ஊழியர்களின் செயல்திறனின் அடிப்படையில் மிக உயர்ந்த ஊக்கச் சலுகையைக் கொடுத்து வந்தது. அதனால், சில சமயங்களில், செயல்திறனின் அடிப்படையில் சிலர் அவர்களுடைய மேலதிகாரிகளுக்கு மேலதிகாரிகளாக ஆகின்ற அளவுக்குப் பதவி உயர்வுகளைப் பெற்றனர். இன்னும் சொல்லப் போனால், அது ஆண்டுக்கு ஆண்டு நடந்து கொண்டிருந்தது. அந்த நிலை தங்களுக்கும் வரலாம் என்று ஒவ்வொரு மேலாளரும் உணர்ந்திருந்தனர். அதன் விளைவாக, அந்நிறுவனத்தில் வேலை பார்த்த ஒவ்வொருவரும் மரியாதையுடன் நடத்தப்பட்டனர்.

உங்களைப் பிறர் எப்படி நடத்த வேண்டும் என்று நீங்கள் எதிர்பார்க்கிறீர்களோ அதன்படி நீங்கள் பிறரை நடத்துங்கள் என்று பொன் விதி கூறுகிறது. நீங்கள் எப்படி வழிநடத்தப்பட வேண்டும் என்று நீங்கள் விரும்புகிறீர்களோ அதன்படி பிறரை நீங்கள் வழிநடத்துங்கள். நீங்கள் பிறரிடமிருந்து எந்த விதத்தில் பின்னூட்டக்கருத்துகளைப் பெற விரும்புகிறீர்களோ, அதே விதத்தில் நீங்கள் பிறருக்குப் பின்னூட்டக்கருத்துகளைக் கொடுங்கள். நீங்கள் எப்படி ஊக்குவிக்கப்பட வேண்டும் என்று எதிர்பார்க்கிறீர்களோ, அதேபோலப் பிறரை ஊக்குவியுங்கள்.

நீங்கள் எப்படிக் கண்காணிக்கப்பட வேண்டும், உங்களுக்கு எப்படி அறிவுரை வழங்கப்பட வேண்டும், நீங்கள் எப்படிக் கட்டுப்படுத்தப்பட வேண்டும் என்று நீங்கள் விரும்புகிறீர்களோ, அதே முறையில் நீங்கள் உங்களுடைய விற்பனையாளர்களை நடத்துங்கள்.

உங்களுடைய விற்பனையாளர்கள் சுதந்திரமாகச் செயல்படுவதற்கு நீங்கள் அவர்களை அனுமதிக்க

வேண்டும் என்பதுதான் பொன் விதியின் மிக முக்கியமான அம்சமாகும். தலைசிறந்த விற்பனை மேலாளர்களைப் பற்றி அவர்களிடம் பணியாற்றியவர்கள் கூறுகின்ற ஒரு முக்கியமான செய்தி, தங்களுடைய விற்பனை இலக்குகளை அடைவதில் தாங்கள் வெற்றி பெற்றுக் கொண்டிருந்தால் அன்றாட நடவடிக்கைகளைத் திட்டமிட்டுச் செயல்படுத்துவதற்கான சுதந்திரம் தங்களுக்கு இருந்தது என்பதுதான்.

இயல்பு அறிந்து பிறரைக் கையாள வேண்டும்

ஒவ்வொரு நபரும் வித்தியாசமானவர்கள் என்பதை மறக்காதீர்கள். விற்பனையாளர்களின் சூழல் மற்றும் அவர்களுடைய அனுபவத்தைப் பொறுத்து, அவர்களைக் கையாள்வதற்கு வெவ்வேறு விதமான தலைமைத்துவப் பாணிகள் தேவைப்படலாம் அல்லது பல பாணிகளின் ஒரு கலவை தேவைப்படலாம். அதனால், ஒவ்வொரு விற்பனையாளரையும் ஒரு தனித்துவமான நபராகக் கருதி, அவர்களை நடத்துவதற்கு ஏற்ற நெளிவுசுளிவுடன் நீங்கள் தயாராக இருக்க வேண்டும்.

செயல்முறைப் பயிற்சிகள்

1. உங்களுக்குக் கீழே பணிபுரிகின்ற அனைத்து விற்பனையாளர்களின் பெயர்களையும் வரிசையாக எழுதிக் கொள்ளுங்கள். அவர்கள் ஒவ்வொருவரும் உச்சபட்சச் செயல்திறனுடன் பணியாற்றுவதற்கு ஏற்றத் தலைமைத்துவப் பாணி எது என்று முடிவு செய்து அதை அவர்களுடைய பெயர்களுக்கு எதிரே குறித்துக் கொள்ளுங்கள்.

2. பிறரைக்கரிசனத்துடன் நடத்துவதற்கு உங்களைப் பழக்கிக் கொள்ளுங்கள். தினமும் உங்களுடைய விற்பனையாளர்களிடம், "இன்றைய நாள் எப்படி இருந்தது?", "உங்களுடைய குடும்பத்தார் எப்படி இருக்கின்றனர்?" என்பன போன்ற கேள்விகளைக் கேளுங்கள். உங்களுடைய விற்பனையாளர்களின் வேலையைப் பற்றி அல்லாமல் அவர்களுடைய தனிப்பட்ட வாழ்க்கையைப் பற்றிய இந்தக் கேள்விகள் அவர்களிடம் தோற்றுவிக்கின்ற நேர்மறையான எதிர்வினைகளைக் கண்டு நீங்கள் வியந்து போவீர்கள். நீங்கள் எவ்வளவு அதிகமாக இத்தகைய கேள்விகளைக் கேட்கிறீர்களோ, அவர்கள் உங்களிடமும் உங்களுடைய நிறுவனத்திடமும் அவ்வளவு அதிக விசுவாசமாக நடந்து கொள்வர்.

அத்தியாயம் ஒன்பது

விற்பனைச் செயல்திறனுக்கு வெகுமதி அளியுங்கள்

வாழ்க்கையிலும் சரி, தொழிலிலும் சரி, விற்பனையிலும் சரி, எல்லோருமே வெற்றி வாகை சூடவே விரும்புகின்றனர். அந்த வெற்றி உணர்வைப் பெறுவது எப்படி? எளிது! வெற்றி பெறுங்கள். அந்த வெற்றிக்கான வெகுமதியைப் பெற்று அந்த அனுபவத்தை அனுபவியுங்கள்.

நீங்கள் ஒரு பெரிய விற்பனையை நிறைவு செய்கின்றபோது அல்லது உங்களுடைய விற்பனை இலக்கை அடைகின்றபோது, தடகள விளையாட்டில் வெற்றிக் கோட்டைத் தொடுகின்றபோது கிடைக்கின்ற உணர்வை நீங்கள் பெறுகிறீர்கள். நீங்கள் ஒரு வெற்றியாளரைப்போல உணர்கிறீர்கள். ஒவ்வொரு முறை வெற்றி பெறுகின்றபோதும், உங்களுடைய

தன்னம்பிக்கையும் சுயமதிப்பும் அதிகரிக்கின்றன. உங்களைப் பற்றி நீங்கள் சிறப்பாக உணர்கிறீர்கள். அந்த உணர்வு மற்ற அனைத்து வெகுமதிகளையும்விட மேலானதாக இருக்கக்கூடும்.

வெற்றியாளர்களுக்கு வேறு சில வெகுமதிகளும் கிடைக்கின்றன.

பணம்

மிகவும் வெளிப்படையான வெகுமதி பணம். சாதனையோடு பணத்தைப் பிணைக்கின்றபோது, அது மக்களுக்கு மகிழ்ச்சியையும் வெற்றியுணர்வையும் கொடுக்கிறது. உங்களுடைய சொந்த முயற்சியில் பணத்தைக் குவிப்பது உங்களுக்கு உற்சாகத்தையும் உத்வேகத்தையும் கொடுக்கின்ற ஒரு மூலாதாரமாக விளங்கும். பணம் என்பது அர்த்தமுள்ளது. ஏனெனில், பணத்தால், ஆடைகளை, வீடுகளை, கார்களை, அந்தஸ்தைப் பறைசாற்றும் பொருட்களை, மற்றும் வாழ்க்கைமுறையை உயர்த்துகின்ற பொருட்களை உங்களுக்குப் பெற்றுத் தர முடியும்.

தொழில் முதலாளிகளும் நிறுவனங்களின் நிர்வாக அதிகாரிகளும் தங்களுடைய ஊழியர்களைப் பணம் அல்லாது வேறு எவற்றின் மூலம் ஊக்குவிக்க முடியும் என்று என்னிடம் கேட்கின்றபோது, என்னுடைய பதில் எப்போதும் இப்படித்தான் இருக்கும்: "அது குறித்து எனக்கு எந்த யோசனையும் இல்லை." விற்பனையாளர்கள் தங்களால் ஈட்டப்படக்கூடிய பணத்தைப் பற்றியும், தங்களிடம் எவ்வளவு பணம் சேர்ந்துள்ளது என்பதைப் பற்றியும், தங்களுடைய வாழ்க்கைமுறை தங்களுக்கு எவ்வளவு செலவு வைத்துக் கொண்டிருக்கிறது என்பதைப் பற்றியுமே எப்போதும் சிந்தித்துக் கொண்டிருக்கின்றனர்.

அந்தஸ்து

உங்கள் விற்பனையாளர்கள் தங்களுடைய விற்பனை இலக்கை அடைவதைத் தொடர்ந்து அவர்களுடைய அந்தஸ்தையும் கௌரவத்தையும் உயர்த்துவதற்கு நீங்கள் செய்கின்ற அனைத்துக் காரியங்களும் அவர்களைச் சிறப்பாக ஊக்குவிக்கும். அதன் விளைவாக, வருங்காலத்தில் அவர்களுடைய விற்பனை இன்னும் அதிகரிக்கும்.

தலைசிறந்த நிறுவனங்கள், ஒவ்வோர் ஆண்டும் விற்பனையில் சாதனை படைத்துள்ள தங்களுடைய விற்பனையாளர்களுக்கு ஊக்கத்தொகை, பரிசுப் பொருட்கள், விருதுகள், வெற்றிக் கோப்பைகள், சான்றிதழ்கள் போன்றவற்றைக் கொடுத்து அவர்களைக் கௌரவிக்கின்றன. பொதுவாக அந்த அங்கீகாரத்தைக் கொடுப்பதற்கு அவர்கள் ஒரு பெரிய நிகழ்ச்சியையோ அல்லது விருதுகள் வழங்கும் விழா ஒன்றையோ ஏற்பாடு செய்வர். அதைப் பார்த்துக் கொண்டிருக்கும் பிற ஊழியர்களுக்கு வருங்காலத்தில் தாங்கள் அந்த மேடையில் தோன்ற வேண்டும் என்ற ஊக்குவிப்புப் பிறக்கும் என்பது அவர்கள் அதைப் பிரம்மாண்டமாக நடத்துவதற்கு ஒரு காரணமாகும்.

நீங்கள் எவ்வளவு விரைவாக ஒரு சாதனையாளரைக் கௌரவிக்கிறீர்களோ, அது அவர்களுடைய சுயமதிப்பையும் தன்னம்பிக்கையையும் அந்த அளவுக்கு அதிகரிக்கும், அச்சாதனையை மீண்டும் புரிய அவர்களைத் தூண்டும். அதனால், ஒருவர் ஒரு பெரிய விற்பனையைச் செய்து முடித்தால், உங்களால் முடிந்த அளவு அதை நீங்கள் கொண்டாட வேண்டும். அவர்கள் சாதித்துள்ள அதே நாளில் அவர்களை நீங்கள் பாராட்ட வேண்டும்.

அங்கீகாரம்

ஒருவர் செய்துள்ள சாதனைக்கு வெகுமதியளிப்பதற்கான மிகவும் சக்திவாய்ந்த வழி, அவர்கள் முன்னிலையிலேயே அவர்களைப் பற்றி மற்றவர்களிடம் பெருமையாகப் பேசுவதாகும். உங்களுக்குக் கீழே பணியாற்றிக் கொண்டிருக்கின்ற ஒரு விற்பனையாளர் ஒரு பெரிய விற்பனையை முடித்தாலோ அல்லது கடினமான வாடிக்கையாளர் ஒருவரிடமிருந்து விற்பனையைப் பெற்றிருந்தாலோ, அவரை உடனடியாக உங்களுடைய நிறுவனத்தின் மிக உயர்ந்த அதிகாரியிடம் அழைத்துச் சென்று, அந்த நபரைப் பற்றிப் பெருமையாகப் பேசி அவரை அந்த உயரதிகாரிக்கு அறிமுகம் செய்து வைக்கலாம்.

நீங்கள் ஒருவருடைய சாதனைகளைப் பற்றி அவரை வைத்துக் கொண்டே பிறரிடம் பெருமையாகப் பேசினால், அதைக் கேட்டுக் கொண்டிருக்கும் அந்த நபரிடம், அந்த நிறுவனத்தில் தான் முக்கியமானவர், மதிப்பு வாய்ந்தவர் என்ற உணர்வு அதிகரிக்கும். அது அவருடைய செயல்திறனை மேலும் உயர்த்தும்.

அங்கீகாரம் மிகவும் சக்திவாய்ந்ததோர் ஊக்குவிப்புக் காரணியாகும். தடகள விளையாட்டு வீரர்கள், அதிலும் குறிப்பாக ஓட்டப் பந்தய வீரர்கள், ஒரு சிறிய கூட்டத்தின் முன்பாக ஓடுவதைவிட, ஒரு பெரிய கூட்டத்தின் முன்னிலையில் ஓடும்போது அதிக வேகமாக ஓடுவதாகச் சொல்லப்படுகிறது. பெரும் கூட்டத்தினரின் ஆரவாரமான உற்சாகக் கூச்சல்களும் கைதட்டல்களும் விளையாட்டு வீரர்களைத் தங்களுடைய சக்தியை மீறிச் செயல்பட வைக்கின்றன. பெரும்பாலான தடகளச் சாதனைகள், கோடிக்கணக்கான மக்கள் பார்க்கின்ற ஒலிம்பிக் போட்டிகளில்தான் முறியடிக்கப்படுகின்றன.

விற்பனையில் செயல்திறனுடன் செயல்படுகின்ற நபர்களை அங்கீகரிக்கவும், பாராட்டவும், ஊக்குவிக்கவும்,

அவர்களுக்கு வெகுமதி வழங்கவும் கிடைக்கின்ற எந்தவொரு சந்தர்ப்பத்தையும் தவறவிட்டுவிடாதீர்கள். முடிந்த அளவு விரைவாக அவற்றைச் செய்யுங்கள். தங்களுக்கு உடனடிப் பாராட்டுகள் கிடைக்கின்றபோது விற்பனையாளர்கள் இன்னும் அதிக ஊக்கத்துடன் செயல்படுகின்றனர்.

அக்கறை காட்டுதல்

விற்பனைச் செயல்பாட்டிற்கு வெகுமதி வழங்குவதற்கான ஒரு வழி, விற்பனையாளர்கள்மீது அக்கறை காட்டுவதாகும். ஒரு விற்பனையாளர்மீது அவருடைய விற்பனை மேலாளரோ அல்லது நிறுவனத்தின் ஓர் உயரதிகாரியோ அக்கறை காட்டும்போது, அது அவரை வெகுவாக ஊக்குவிக்கிறது. நாம் மதிக்கின்ற நபர்கள்மீது நாம் அக்கறை காட்டுகிறோம். நீங்கள் உங்களுடைய விற்பனையாளர்களிடம் எந்த அளவுக்கு அக்கறை காட்டுகிறீர்களோ, அந்த அளவுக்கு நீங்கள் அவர்களுக்கு முக்கியத்துவம் கொடுப்பதாக அவர்கள் உணர்வர். அவர்களுடைய சுயமதிப்பும் தன்னம்பிக்கையும் வானளாவ உயரும். அவர்கள் தங்களுடைய சாதனைகளை மீண்டும் நிகழ்த்துவதற்கு ஊக்குவிக்கப்படுவர்.

பிறரிடம் எப்படி அக்கறை செலுத்துவது? உங்களுடைய சிறந்த விற்பனையாளர்களுடன் உங்களுடைய நேரத்தைச் செலவிடுவதன் மூலம் நீங்கள் அவர்கள்மீது கொண்டுள்ள அக்கறையை வெளிக்காட்டலாம். அது நீங்கள் செய்கின்ற அலுவலக வேலைகளைவிட அதிக மதிப்பு வாய்ந்ததாக இருக்கும். அலுவலக வேலையைச் செய்ய வேண்டுமா, ஒரு விற்பனையாளருடன் பேச வேண்டுமா என்ற இரண்டில் ஒன்றை நீங்கள் தேர்ந்தெடுக்க வேண்டியிருந்தால், விற்பனையாளருடன் நேரம் செலவிடுவதையே

தேர்ந்தெடுங்கள். அலுவலக வேலையை ஊறப் போட்டால் பரவாயில்லை.

உங்களுடைய சிறந்த விற்பனையாளர்களுடன் தனிப்பட்ட முறையில் நேரம் செலவிடுங்கள். சராசரியாகச் செயல்படுகின்ற விற்பனையாளர்களை ஒரு குழுவாகச் சந்தியுங்கள். சிறந்த விற்பனையாளர்கள் தங்களுடைய மேலாளர்களுடன் தனிப்பட்ட முறையில் நேரம் செலவிடுவதைப் பெரிதும் மதிக்கின்றனர். இதை அவர்கள் தங்களுக்குக் கிடைக்கின்ற ஒரு வெகுமதியாகக் கருதுகின்றனர். மேலும் கூடுதலாகச் சாதிப்பதற்கு இது அவர்களைத் தூண்டும்.

பதவி உயர்வுகள்

அதிகப் பொறுப்புகளை உள்ளடக்கிய பதவி உயர்வு வழங்கப்படுவது விற்பனையில் ஈடுபட்டிருப்பவர்களைப் பெரிதும் ஊக்குவிக்கும். தாங்கள் முக்கியமானவர்களாகவும் தனித்துவமிக்கவர்களாகவும் கருதப்படுகிறோம் என்ற எண்ணத்தை அது அவர்களுக்குக் கொடுக்கும். அதாவது, அது அவர்களை வெற்றியாளர்களாக உணர வைக்கும். ஒரு நிறுவனத்தில் வேலை ஏணியில் மேலே ஏறிச் செல்வதற்கு வாய்ப்பளிப்பது அல்லது அப்படி இருப்பதாகக் கோடி காட்டுவது ஒரு சக்திமிக்க ஊக்குவிப்புக் காரணியாகச் செயல்படும்.

விற்பனையாளர்களாக வேலையைத் துவக்குகின்ற பலர், வருங்காலத்தில் விற்பனை மேற்பார்வையாளர்களாகவோ அல்லது விற்பனை மேலாளர்களாகவோ ஆவதை எதிர்நோக்கியிருப்பர். ஆனால், இங்கு நீங்கள் மிகவும் எச்சரிக்கையுடன் நடந்து கொள்ள வேண்டும். ஏனெனில், விற்பனையில் சிறந்து விளங்குகின்ற நபர்களால் ஒரு நல்ல மேலாளராக விளங்க முடியாமல் இருக்கலாம். அப்படிப்பட்டவர்களுக்கு நீங்கள் பதவி உயர்வு

கொடுத்து அவர்களை மேலாளர்களாக ஆக்கினால், அது அவர்களுக்கு மட்டுமல்லாமல் உங்கள் நிறுவனத்திற்கும் பாதகமாக முடியக்கூடும். நீங்கள் ஒரு திறமையான விற்பனையாளரை இழக்கின்ற அதே நேரத்தில், ஒரு மோசமான மேலாளரையும் உருவாக்கியிருப்பீர்கள். உங்களுக்கு இது ஓர் இரட்டை இழப்பாக முடியும்.

ஆனால், இதுபோன்ற பிரச்சனையைச் சமாளிப்பதற்கு நீங்கள் வேறொரு காரியத்தைச் செய்யலாம். விற்பனையாளர் பதவிகளில் பல தரங்களை உருவாக்கி அவற்றுக்கு ஒரு படிநிலை அமைப்புமுறையை ஏற்படுத்தலாம். எடுத்துக்காட்டாக, முதல் நிலைக்கு விற்பனை ஆலோசகர் என்றும், இரண்டாம் நிலைக்கு விற்பனைத் துணைவர் என்றும், மூன்றாம் நிலைக்கு விற்பனை நிர்வாகி என்றும் நீங்கள் பெயரிடலாம். நீங்கள் உங்களுடைய விற்பனையாளர்களுக்கு இப்படிப்பட்டப் பதவி உயர்வுகளை வழங்கலாம்.

இராணுவத்தில் இருப்பதுபோல விற்பனைத் துறையிலும் பதவிப் பட்டங்களை நுழைக்கலாம். விற்பனையாளர்கள் தங்களுடைய இலக்குகளை அடைந்தவுடன் அவர்களுக்கு ஓர் உயர்ந்த பட்டத்தைக் கொடுத்து அவர்களைக் கௌரவிக்கலாம். அதை அவர்களுடைய வணிக முகவரி அட்டையிலும் இடம்பெறச் செய்யலாம். விற்பனையில் வெற்றி பெறுவதற்கு இது விற்பனையாளர்களை ஊக்குவிக்கும்.

செயல்முறைப் பயிற்சிகள்

1. உங்களுடைய சிறந்த விற்பனையாளர்களின் பெயர்களை ஒரு பட்டியலிடுங்கள். அவர்களுக்கு அங்கீகாரம் அளிக்கின்ற ஒரு நடத்தையை நீங்கள் தேர்ந்தெடுத்து அதை அவர்களுடைய பெயர்களுக்கு எதிரே எழுதிக் கொள்ளுங்கள். உங்களுடைய தீர்மானம் எதுவாக இருந்தாலும், அதை உடனடியாகச் செயல்படுத்துங்கள்.

2. அதேபோல, உங்களுடைய சராசரி விற்பனையாளர்களின் பட்டியல் ஒன்றையும் தயாரியுங்கள். அவர்களை ஊக்குவிக்கக்கூடிய ஒரு நடத்தையை அவர்களுடைய பெயர்களுக்கு எதிரே எழுதிக் கொள்ளுங்கள். உங்களுடைய தீர்மானம் எதுவாக இருந்தாலும், அதை உடனடியாகச் செயல்படுத்துங்கள்.

அத்தியாயம் பத்து

வெற்றிகரமான விற்பனையாளர்களை வளர்த்தெடுங்கள்

மிகச் சிறந்த விற்பனையாளர்கள் குழு ஒன்றை உருவாக்குவது விற்பனையாளர்களைக் கவனமாகத் தேர்ந்தெடுப்பதிலிருந்து தொடங்குகிறது. பொதுவாக மக்கள் பெரிதாக மாறுவதில்லை என்பது உண்மை. அதனால்தான், ஒரு விற்பனை மேலாளர் என்ற முறையில் உங்களுடைய வெற்றியின் 95 சதவீதம், நீங்கள் விற்பனையாளர்களை வேலைக்கு எடுப்பதற்கு வகுத்துள்ள முறையால் நிர்ணயிக்கப்படுகிறது என்று கூறப்படுகிறது.

உங்களுடைய விற்பனையாளர்களை ஊக்குவிப்பது தொடர்பான இரண்டாவது முக்கிய அம்சம் அவர்களை

வளர்த்தெடுப்பதற்காக வழங்கப்படுகின்ற தொடர் பயிற்சிகள். எப்படித் தொடர்ச்சியாகப் பயிற்சிகள் அளிக்கப்படாத ஒரு விளையாட்டுக் குழுவால் போட்டிகளில் வெல்ல முடியாதோ, அதைப்போலவே, தொடர்ச்சியான பயிற்சிகள் இல்லாமல் உங்களுடைய விற்பனைக் குழுவால் அவர்களுடைய உச்சபட்சச் செயல்திறனை ஒருக்காலும் அடைய முடியாது.

விற்பனையில் கட்டுறுதியைப் பெறுங்கள்

ஒலிம்பிக் போட்டிகளில் கலந்து கொள்ளவிருக்கின்ற விளையாட்டு அணிகளுக்குப் பயிற்சியளிக்கின்ற ஒரு பயிற்றுவிப்பாளராக நீங்கள் இருந்தால், நீங்கள் அவர்களுக்குத் தினமும் பயிற்சியளிப்பீர்கள், இல்லையா? போட்டிகளில் வெல்வதற்கு அந்த விளையாட்டு வீரர்கள் கட்டுக்கோப்பான உடலுடன் இருப்பது எவ்வாறு அத்தியாவசியமோ, அதுபோலவே, உங்களுடைய விற்பனைக் குழுவினரும் தினமும் பயிற்சிகளில் ஈடுபட்டுத் தங்களுடைய விற்பனைக் கட்டுறுதியைத் தக்கவைத்துக் கொள்ள வேண்டும்.

விற்பனையில் மிகச் சிறந்து விளங்குகின்ற நிறுவனங்கள் தம்முடைய விற்பனையாளர்களுக்கு ஒவ்வொரு வாரமும் பயிற்சியளிக்கின்றன. சில நிறுவனங்கள் தினசரிப் பயிற்சிகளைக்கூட வழங்குகின்றன. என்னுடைய கருத்தரங்குகளில் பங்கேற்றுள்ள விற்பனை மேலாளர்களும் நிறுவன முதலாளிகளும், வாராந்திரரீதியில் அல்லது அன்றாடரீதியில் தொடர்ச்சியாக வழங்கப்படுகின்ற பயிற்சிகளின் காரணமாக ஒரே ஆண்டில் தங்களுடைய விற்பனையை *200* சதவீதத்திலிருந்து *500* சதவீதம்வரை தங்களால் உயர்த்த முடிந்ததாக என்னிடம் தெரிவித்துள்ளனர். தங்களுடைய விற்பனையாளர்களுக்குத் தொடர்ச்சியான பயிற்சிகளை வழங்கியதன் விளைவாகத் தங்களுடைய

விற்பனை வானளாவ உயர்ந்ததைக் கண்டு தாங்கள் பெரும் வியப்படைந்ததாகவும் அவர்கள் என்னிடம் தெரிவித்தனர்.

விற்பனையாளர்களுக்கான தனிப்பட்டக் கற்றல் திட்டங்கள்

உங்களுடைய அலுவலக வேலை காரணமாக உங்களால் உங்களுடைய விற்பனையாளர்கள் அனைவருக்கும் ஒட்டுமொத்தமாக அன்றாடப் பயிற்சிகளைக் கொடுக்க முடியாமல் இருக்கலாம். அப்படி இருக்கும் பட்சத்தில், ஒவ்வொரு விற்பனையாளருக்கும் தனித்தனியாக அவர்களுடைய தனிப்பட்ட வளர்ச்சிக்கும் தொழில்முறை வளர்ச்சிக்குமான பயிற்சிகளை நீங்கள் திட்டமிடலாம். ஒவ்வொரு குறிப்பிட்ட விற்பனையாளரும் கற்றுக் கொள்ள வேண்டிய விஷயங்கள், அவை தொடர்பாக மேற்கொள்ளப்பட வேண்டிய நடவடிக்கைகள் போன்றவற்றை ஒரு பட்டியலாக நீங்கள் தயாரிக்க வேண்டும். அவர்கள் வாடிக்கையாளர்களைப் பார்க்கச் செல்கின்ற வழியில் கேட்பதற்கு ஒலிப் புத்தகங்களையும் நீங்கள் அந்தப் பட்டியலில் சேர்த்துக் கொள்ளலாம். அவர்கள் படிக்க வேண்டிய புத்தகங்கள், கட்டுரைகள் போன்றவற்றையும் நீங்கள் பரிந்துரை செய்யலாம். அவர்கள் பார்ப்பதற்கு நீங்கள் சில இணையவழி வீடியோக்களையும் பரிந்துரைக்கலாம். அவர்கள் தங்களுடைய வேலையைத் துவக்குவதற்கு முன்பு அவற்றைப் பார்க்குமாறு நீங்கள் அவர்களிடம் கேட்டுக் கொள்ளலாம்.

உங்களுடைய நிறுவனத்தில் நீங்கள் புதிதாகச் சேர்த்துக் கொண்டுள்ள விற்பனையாளர்கள், பணியில் சேர்வதற்கு முன்பு கலந்து கொள்ள வேண்டிய ஒரு பயிற்சித் திட்டத்தை நீங்கள் வடிவமைக்க வேண்டும். அதோடு, வாராந்திர அடிப்படையில் நீங்கள் ஒரு

பயிற்சித் திட்டத்தையும் உருவாக்க வேண்டும். அதில் அனைத்து விற்பனையாளர்களும் கலந்து கொள்வதைக் கட்டாயமாக்க வேண்டும்.

வாராந்திர விற்பனைப் பயிற்சி வகுப்புகள்

ஒரு பன்னாட்டு நிறுவனத்தில் ஒரு விற்பனை மேலாளராக வேலை பார்த்து வரும் என் வாடிக்கையாளர்களில் ஒருவர் என்னிடம் சில தகவல்களைப் பகிர்ந்து கொண்டார். தன் நிறுவனத்தில் தான் ஒரு வாராந்திரப் பயிற்சி வகுப்பைத் துவக்கியிருந்ததைப் பற்றி அவர் குறிப்பிட்டார். அப்போது அவர்கள் விற்பனை தொடர்பான ஒரு வீடியோவை ஓடவிடுவர். அதைத் தொடர்ந்து அது குறித்து ஒரு விவாதம் நடைபெறும். இந்த நடைமுறை ஓராண்டு காலம் தொடர்ந்து நடைபெற்று வந்தது. அந்த ஆண்டின் முடிவில், அவருடைய குழு, உலகெங்கும் பரவியிருந்த அந்த நிறுவனத்தில் விற்பனையில் உலக அளவில் முதலிடத்தைப் பிடித்தது.

அந்த வாராந்திரப் பயிற்சிக்கு அடுத்த நாள் நடைபெற்ற விற்பனை, அந்த வாரத்திலேயே மிக அதிகமானதாக இருந்தது என்று அவர் என்னிடம் குறிப்பிட்டார். வாரத்திற்கு ஒரு நாள், சுமார் ஒரு மணி நேரம் ஓடக்கூடிய ஒரு வீடியோவைப் பார்த்துவிட்டு, அதில் இடம்பெற்றிருந்த விஷயங்களைத் தாங்கள் எப்படித் தங்களுடைய செயல்முறைக்குள் புகுத்தப் போகிறோம் என்பது குறித்து விவாதித்ததன் மூலம், அவர்களால் தங்களுடைய விற்பனையைக் கணிசமாக உயர்த்த முடிந்தது.

செயல்திறனின் அடிப்படை விதி

தொழிலிலும் விற்பனையிலும் இப்படி ஓர் அடிப்படை விதி இருக்கிறது: குறிப்பிட்ட விளைவுகளை

எப்படி உருவாக்குவது என்பது குறித்து மக்கள் பயிற்றுவிக்கப்படாவிட்டால், அவர்களால் அந்தக் குறிப்பிட்ட விளைவுகளை உருவாக்க முடியும் என்று நீங்கள் எதிர்பார்க்கக்கூடாது. நன்றாகச் சோதிக்கப்பட்டு நிரூபணமாகியுள்ள ஒரே ஓர் உத்தியைக் கொண்டுகூட ஒருவரால் தன்னுடைய விற்பனைச் செயல்முறையை மேம்படுத்திக் கொள்ள முடியும்.

தொடர்ச்சியான முறையில் நடத்தப்படுகின்ற பயிற்சியின் காரணமாக விற்பனையாளர்களால் அதிகமாக விற்க முடியும், அதன் மூலம் அவர்களால் அதிகமாகச் சம்பாதிக்க முடியும். சிறிது காலத்திலேயே, அப்படிப்பட்டப் பயிற்சிகளை வழங்குகின்ற நிறுவனத்தின் பெயர் சந்தையில் பிரபலமாகிவிடும். அதன் காரணமாக, அந்த நிறுவனத்தில் சேர்வதற்கு, திறமையான நபர்கள் ஏராளமானோர் முன்வருவர்.

விற்பனையாளர்கள், நிறையப் பணம் சம்பாதிப்பதற்குத் தங்களுக்குப் பயிற்சி அளிக்கப்படுவதையும், அதன் மூலம் தாங்கள் மேலும் அதிக மதிப்பு வாய்ந்தவர்களாக ஆவதையும் மற்ற அனைத்தையும்விடக் கூடுதலாக விரும்புகின்றனர். விற்பனையாளர்கள் தங்களுடைய சம்பாதிக்கின்ற ஆற்றல் குறித்து அதிகமாகச் சிந்திப்பர். அதை அதிகரித்துக் கொள்வதற்கான வழிமுறைகளை அவர்கள் எப்போதும் தேடிக் கொண்டிருப்பர்.

செயல்முறைப் பயிற்சிகள்

1. உங்களுடைய நிறுவனத்திலுள்ள விற்பனையாளர்கள் அனைவரின் பெயர்களையும் எழுதிக் கொள்ளுங்கள். அடுத்து, விசாரித்தல், நம்பிக்கையை வளர்த்தெடுத்தல், தேவைகளைக் கண்டறிதல், வாங்க வைக்கின்ற விதத்தில் எடுத்துரைத்தல், ஆட்சேபனைகளுக்குத் திருப்திகரமாக

பதிலளித்தல், விற்றல், அதே நபரிடம் மறுவிற்பனை செய்தல் ஆகிய ஏழு அடிப்படை விற்பனைத் திறன்கள் ஒவ்வொன்றிலும் உங்களுடைய விற்பனையாளர்கள் எந்த நிலையில் இருக்கிறார்கள் என்பதை, ஒன்று முதல் பத்து வரையிலான மதிப்பெண்களை வழங்கி அவர்களுடைய பெயர்களுக்கு எதிரே குறித்துக் கொள்ளுங்கள்.

2. உங்களுடைய விற்பனையாளர்கள் ஒவ்வொருவருடனும் தனித்தனியாக உட்கார்ந்து, அந்த நபர் தனிப்பட்ட முறையிலும் தொழில்முறையிலும் வளர்ச்சியடைவதற்கான ஒரு திட்டத்தை உருவாக்குங்கள். உங்களுடைய விற்பனையாளர்கள் தினமும் ஏதோ ஒரு விதத்தில் கற்றுக் கொண்டும் வளர்ந்து கொண்டும் இருப்பதற்கு அவர்களை ஊக்குவியுங்கள்.

அத்தியாயம் பதினொன்று

விற்பனை நடவடிக்கைகளைத் திட்டமிடுங்கள்

80/20 விதி வாழ்க்கையின் அனைத்துப் பகுதிகளுக்கும் பொருந்தும். குறிப்பாக, விற்பனைத் துறையிலுள்ள அனைத்துப் பகுதிகளுக்கும் அது நன்றாகவே பொருந்தும். ஒரு நிறுவனத்திலுள்ள விற்பனையாளர்களில் வெறும் 20 சதவீதத்தினர் மட்டுமே உண்மையில் முன்திட்டமிடுதலுடன் தங்களுடைய வேலைகளைச் செய்கின்றனர். தங்களுடைய வேலைகளைத் திட்டமிடுவதுடன், திட்டமிட்டுள்ள வேலைகளைச் சிறப்பாகச் செய்யக்கூடியவர்களாகவும் அவர்கள் திகழ்கின்றனர்.

விற்பனையாளர்களில் 80 சதவீதத்தினருக்கு நீங்கள் ஓர் ஓடுபாதையைத் தயார் செய்து கொடுக்க வேண்டும். தெளிவான இலக்குகள், காலக்கெடுக்கள்,

தர நிர்ணயங்கள் போன்றவற்றை வேறு யாராவது ஒருவர் அவர்களுக்கு வகுத்துக் கொடுக்க வேண்டும். ஒரு விற்பனை மேலாளர் என்ற முறையில் உங்களுடைய பணிகளில் முக்கியமான ஒன்றாக இது திகழும்.

கட்டுப்படுத்த முடிந்தவற்றைக் கட்டுப்படுத்துங்கள்

எண்ணற்றக் காரணங்களால், உங்களுடைய அடுத்த வாடிக்கையாளர் யார் என்பதைக் கண்டுபிடிப்பது மிகவும் கடினம். மக்கள் உங்களுடைய பொருளை இப்போது வாங்குவார்களா அல்லது பின்னர் வாங்குவார்களா அல்லது வாங்கவே மாட்டார்களா என்பது உங்களுடைய கட்டுப்பாட்டுக்குள் இல்லை. வாங்குகின்ற நபர் குறித்துக் கச்சிதமாகக் கணிக்க முடியாது. ஏனெனில், அவருடைய தனிப்பட்ட வாழ்க்கையிலும் தொழில் வாழ்க்கையிலும் உள்ள பல்வேறு காரணிகள் அதன்மீது தாக்கம் ஏற்படுத்தக்கூடும்.

ஆனால், உங்களுடைய விற்பனை நடவடிக்கைகளை உங்களால் முழுமையாகக் கட்டுப்படுத்த முடியும். விற்பனை நடவடிக்கைகளைக் கட்டுப்படுத்துவதன் மூலம் விற்பனை விளைவுகளை மறைமுகமாக உங்களால் கட்டுப்படுத்த முடியும்.

விற்பனையை உருவாக்குகின்ற அதிகமான நடவடிக்கைகளில் நீங்கள் ஈடுபட்டால் உங்களால் விற்பனையை அதிகரிக்க முடியும் என்று நிகழ்தகவு விதி கூறுகிறது. விற்பனை விளைவுகளை வேகமாக அதிகரிப்பதற்கான வழி, விற்பனை நடவடிக்கைகளை அதிகரிப்பதுதான். வாடிக்கையாளர்களாக ஆக வாய்ப்புள்ளவர்களாக நீங்கள் கருதுகின்ற நபர்களுக்கு நீங்கள் விடுக்கின்ற தொலைபேசி அழைப்புகளை அதிகரியுங்கள், அதிகமான நபர்களைச் சந்தியுங்கள், தகவல்களைக் கேட்பவர்களுக்கு

பதிலளிப்பதை அதிகப்படுத்துங்கள். இவையெல்லாம் அதிகரிக்கின்றபோது, துல்லியமாக எங்கிருந்து உங்களுடைய விற்பனை வரும் என்று உங்களால் கணிக்க முடியாவிட்டாலும்கூட, உங்களுடைய விற்பனை தானாகவே அதிகரிக்கும்.

ஒரு விற்பனையாளர் தொலைபேசி மூலமோ, நேரிலோ, அல்லது மின்னஞ்சல் மூலமோ தொடர்பு கொள்கின்ற நபர்களின் எண்ணிக்கை அதிகரிப்புக்கும் விற்பனை அதிகரிப்புக்கும் இடையே ஒரு நேரடித் தொடர்பு இருக்கிறது. உங்களுடைய விற்பனையாளர்கள் தினமும் எத்தனை பேரைத் தொலைபேசியில் அழைக்க வேண்டும் என்ற வரையறை ஒன்றை உருவாக்கிக் கொள்வது உங்கள் நிறுவனத்தின் விற்பனையை அதிகரிப்பதற்கான ஒரு விரைவான வழியாகும். இருப்பதிலேயே இதுதான் மிகவும் எளிய, அளவிடத்தக்கதொரு கட்டுப்பாடு.

தினமும் நீங்கள் ஒரு குறிப்பிட்ட எண்ணிக்கையில் தொலைபேசி அழைப்புகள் விடுத்து, அவற்றைப் பதிவு செய்து, அந்தத் தரவுகளை அலசி ஆராய்ந்தாலே உங்களுடைய விற்பனை அதிகரிக்கத் தொடங்கும்.

என்னுடைய வாடிக்கையாளர்களாக இருக்கின்ற நிறுவனங்களில் ஒன்று ஓர் எளிய முறையைப் பின்பற்றி, சரிந்து கொண்டிருந்த தன்னுடைய விற்பனையைத் தூக்கி நிறுத்தியது. அந்நிறுவனத்தின் விற்பனையாளர்கள் ஒவ்வொருவரும் தினமும் ஐந்து புதிய நபர்களைத் தொலைபேசியில் தொடர்பு கொண்டாக வேண்டும் என்ற புதிய விதி கொண்டுவரப்பட்டது. ஒரு மாதத்தில் வார இறுதி நாட்களை நீக்கிவிட்டால், சராசரியாக 22 நாட்கள் இருக்கும் என்பதால், ஒரு விற்பனையாளர் ஒரு மாதத்தில், குறைந்தபட்சம் 100 புதிய நபர்களையாவது தொடர்பு கொண்டிருப்பார்.

தன் குழுவின் அனைத்து விற்பனையாளர்களையும் இது போன்ற ஓர் ஏற்பாட்டுக்குச் சம்மதிக்க வைக்க வேண்டிய பொறுப்பு அந்த விற்பனை

மேலாளருடையதாக இருந்தது. அவர் தன்னுடைய விற்பனையாளர்கள் மேற்கொண்ட அழைப்புகளின் அறிக்கைகளை அன்றாடம் கண்காணிக்கின்ற வேலையை மட்டுமே பார்த்து வந்தார். தாங்கள் மேற்கொண்ட அழைப்புகளின் எண்ணிக்கை அவற்றின் விளைவுகளுடன் அலசடபடவிருந்ததைத் தெரிந்து கொண்டவுடன், அந்நிறுவனத்தில் விற்பனை நடவடிக்கையின் எண்ணிக்கை கடுமையாக அதிகரித்தது. அதன் விளைவாக விற்பனையும் அதிகரித்தது.

100 அழைப்புகள் முறை

செயல்திறன் அதிகரிப்பு தொடர்பாக நான் கற்றுக் கொடுக்கின்ற ஓர் உத்தியின் பெயர் '100 அழைப்புகள் முறை'. இதில் ஒரு நிறுவனத்தில் இருக்கின்ற விற்பனையாளர்களில் யார் முதலில் 100 புதிய நபர்களுக்கு அழைப்பு விடுக்கிறார்கள் என்பது ஒரு போட்டியாக அறிவிக்கப்படும். இதிலுள்ள சிறப்பம்சம், விற்பனையாளர்கள் இங்கு விற்பனையை மேற்கொள்ளத் தேவையில்லை என்பதுதான். அவர்கள் 100 புதிய நபர்களைத் தொடர்பு கொள்ள வேண்டும், அவ்வளவுதான்.

இப்படி வெறுமனே நபர்களைத் தொடர்பு கொள்ள வேண்டும், ஆனால் கட்டாயம் விற்க வேண்டிய தேவையில்லை என்ற ஏற்பாட்டின் காரணமாக அவர்கள் ஆசுவாசமடைகின்றனர். அதன் விளைவாக, அவர்களின் செயல்திறன் அதிகரிக்கிறது. இதில் இறங்குகின்ற நபர்கள் மேன்மேலும் அதிகமான நபர்களைத் தொடர்பு கொள்வதன் மூலமாக, விற்பனை தானாகவே அதிகரிக்கிறது.

ஜோடி சேருங்கள்

நீங்கள் உங்களுடைய விற்பனையாளர்களை ஜோடி சேர்த்து அவர்களுக்கு இடையே ஓர் எளிய

போட்டியை உருவாக்குங்கள். அந்த ஜோடிகளில் இருக்கின்ற நபரில் யார் முதலில் 100 அழைப்புகளை மேற்கொள்கிறாரோ, அவரை மற்றவர் உணவருந்த அழைத்துச் செல்ல வேண்டும். விற்பனையாளர்களை நீங்கள் குழுக்களாகவும் பிரிக்கலாம். அப்போது ஒவ்வொரு குழுவிலும் யார் முதலில் 100 அழைப்புகளை மேற்கொள்கிறாரோ, அவரை அக்குழுவிலுள்ள மற்றவர்கள் வெளியே உணவருந்த அழைத்துச் செல்ல வேண்டும். விற்பனை மேலாளர் என்ற முறையில் நீங்கள் இப்படிச் செய்யலாம்: முதலில் 100 அழைப்புகளை விடுத்த விற்பனையாளர் தன்னுடைய வாழ்க்கைத் துணைவருடன் ஓர் உயர்தர ஓட்டலில் சாப்பிடுவதற்கு நீங்கள் அவருக்குப் பரிசுக் கூப்பன்களை வழங்கலாம்.

இந்த 100 அழைப்புகள் முறையை அமல்படுத்திய நிறுவனங்கள் அனைத்தும் தம்முடைய விற்பனை உடனடியாக அதிகரித்ததைக் கண்டு பெரும் வியப்படைந்தன. அதைவிட மேலாக, விற்பனையாளர்களின் ஊக்கமும் உற்சாகமும் அதிகரித்திருந்தது அவர்களை இன்னும் வியப்படைய வைத்தது. அனைவரும் அதிக நேர்மறையாளர்களாகவும் உற்சாகமானவர்களாகவும் ஆகியிருந்தனர், போட்டிக் காலம் முடிந்த பிறகும் அவர்கள் தொலைபேசி அழைப்புகளைக் குறைக்கவில்லை.

நன்றி அட்டை அனுப்புதல்

நான் ஆலோசனை வழங்கிய ஒரு நிறுவனம் ஓர் எளிய முறையை அறிமுகப்படுத்தியது. விற்பனையாளர்கள் ஒவ்வொரு நாளும் தங்களுடைய அலுவலகத்திற்குத் திரும்பியதும், அன்றைய தினம் அவர்கள் சந்தித்திருந்த பத்துப் பேருக்கு நன்றி தெரிவித்து ஒரு கடிதம் அனுப்ப வேண்டும். அந்த நன்றிக் கடிதங்களை அஞ்சலில் அனுப்புவதற்கான செலவை அந்நிறுவனம் ஏற்றுக் கொண்டது.

இந்த முறையிலுள்ள ஒரு முக்கியமான அம்சம், அந்த விற்பனையாளர்கள் தினமும் மாலையில் அலுவலகத்திற்குத் திரும்பி வந்தபோது, அன்று தாங்கள் சந்தித்திருந்த பத்து வாடிக்கையாளர்களின் முகவரிகளோடு வந்தாக வேண்டிய கட்டாயம் இருந்தது. அலுவலகத்திற்கு வந்த பிறகு, அவர்கள் தங்களுடைய சகாக்களுடன் சேர்ந்து உட்கார்ந்து தங்களுக்குக் கொடுக்கப்பட்டிருந்த நன்றி அட்டைகளைப் பூர்த்தி செய்ய வேண்டும். அவற்றை அவர்களுடைய விற்பனை மேலாளர் அவர்களிடமிருந்து வாங்கி அஞ்சலில் அனுப்பி வைத்துவிடுவார்.

விற்பனை மேலாளரின் கண்காணிப்பு, சக விற்பனையாளர்களிடமிருந்து வருகின்ற அழுத்தம் ஆகியவற்றின் காரணமாக, அவர்கள் தினமும் குறைந்தபட்சம் பத்துப் பேரையாவது சந்தித்தாக வேண்டிய கட்டாயத்திற்கு ஆளாயினர். இதன் காரணமாக விற்பனை உடனடியாக அதிகரித்தது. கூடவே அவர்களுடைய உற்சாகமும் அதிகரித்தது.

நான் ஒரு முறை ஒரு நிறுவனத்தின் ஒரு குறிப்பிட்ட விற்பனைப் பிரிவுக்கு ஆலோசனை வழங்கச் சென்றிருந்தேன். அந்நகரத்தில் அந்த நிறுவனத்திற்கு 15 விற்பனைப் பிரிவுகள் இருந்தன. விற்பனை அளவைப் பொறுத்தவரை, நான் சென்றிருந்த பிரிவு பதினைந்தாவது இடத்தில் இருந்தது. அந்தப் பிரிவில் மொத்தம் முப்பது விற்பனையாளர்கள் இருந்தனர். அந்தப் பிரிவில் நன்றி அட்டை அனுப்புகின்ற முறை அறிமுகப்படுத்தப்பட்டது. ஒரு மாதத்திற்குள் அந்த விற்பனைக் குழுவின் உறுப்பினர் எண்ணிக்கை பதினெட்டாகக் குறைந்தது. குறிப்பிட்ட எண்ணிக்கையில் மக்களைச் சந்திக்கத் தயாராக இல்லாதவர்கள் அந்த நிறுவனத்தைவிட்டு அமைதியாக விலகிச் சென்றுவிட்டனர். அங்கு விற்பனையாளர்களை ஒழுங்குபடுத்துகின்ற நடவடிக்கைகள் எதுவும் எடுக்கப்படவில்லை. அதேபோல, ஆட்குறைப்பு

நடவடிக்கைகளும் மேற்கொள்ளப்படவில்லை. அவர்கள் தாங்களாகவே வேலையைவிட்டு நின்றுவிட்டனர்.

இதற்கிடையே, மீதியிருந்த பதினெட்டுப் பேரும் தினமும் பத்து நன்றிக் கடிதங்களைத் தொடர்ந்து அனுப்பி வந்தனர். தொண்ணூறு நாட்களுக்குள் அந்தப் பிரிவு அந்த நகரிலிருந்த மீதிப் பதினான்கு பிரிவுகளைப் பின்னுக்குத் தள்ளிவிட்டு விற்பனையில் முதலிடத்தைப் பிடித்தது.

வேகமான தாளகதி அவசியம்

வேகமான தாளகதிக்கும் வெற்றிக்கும், குறிப்பாக விற்பனை வெற்றிக்கும், இடையே ஒரு நேரடித் தொடர்பு இருக்கிறது. மிகச் சிறந்த விற்பனை நிறுவனங்களில், எல்லோருமே ஏதோ ஒரு வேலையில் மும்முரமாக இருப்பர், சுறுசுறுப்பாக இயங்கிக் கொண்டிருப்பர். அங்கு எவரும் தங்களுடைய சகாக்களுடன் வெட்டி அரட்டை அடித்துக் கொண்டோ, நாளிதழ்களைப் படித்துக் கொண்டோ, அல்லது காபி அருந்திக் கொண்டோ இருப்பதில்லை. எல்லோரும் ஏதோ ஒரு காரியத்தில் மூழ்கியிருப்பர். உங்களுடைய ஊழியர்களை எப்போதும் சுறுசுறுப்பாக வைத்திருக்க வேண்டிய வேலை ஒரு விற்பனை மேலாளர் என்ற முறையில் உங்களுடையது. உங்களுடைய விற்பனையாளர்கள் எப்போதும் கடினமாக உழைத்துக் கொண்டிருக்கும்படி செய்யுங்கள். வாடிக்கையாளர்களின் அழைப்புகளுக்கு அவர்கள் உடனடியாகப் பதிலளிக்கும்படி செய்யுங்கள். அவர்கள் தங்களுடைய வேலையைச் சீக்கிரமாகத் தொடங்கி, நீண்ட நேரம் உழைக்கும்படி செய்யுங்கள்.

இப்படி அவர்கள் வேகமான தாளகதியில் இயங்குகின்றபோது, அவர்கள் அதிகமான நபர்களைத் தொடர்பு கொள்வர். அது இறுதியில் அதிக விற்பனையில் வந்து முடியும். அங்கிருப்பவர்களின் உற்சாகம் அதிகரிக்கும், உற்பத்தித்திறன் பெருகும்.

விற்பனையாளர்கள் மகிழ்ச்சியாகவும் அதிக நேர்மறையாகவும் இருப்பர். எல்லோரும் அதிகமாக விற்பனை செய்வர், அதிகமாக வருவாய் ஈட்டுவர்.

தெளிவான இலக்குகளைக் கொண்டிருப்பது விற்பனையாளர்களுக்கு மிகவும் பிடிக்கும். அவர்களுக்கு எப்போதும் சுறுசுறுப்பாக ஏதாவது ஒரு காரியத்தில் ஈடுபட்டிருப்பது பிடிக்கும். வேலை செய்வதும் விற்பனை விளைவுகளை ஏற்படுத்துவதும் அவர்களுக்குப் பிடிக்கும். நீங்கள் அவர்களை எவ்வளவு சுறுசுறுப்பாக வைத்திருக்கிறீர்களோ, அவ்வளவு அதிகமாக அவர்கள் உங்களை விரும்பவும் மதிக்கவும் செய்வர், உங்களை ஓர் உண்மையான தலைவராகப் பார்ப்பர்.

செயல்முறைப் பயிற்சிகள்

1. உங்களுக்குக் கீழே இருக்கின்ற ஒவ்வொரு விற்பனையாளருக்கும் தெளிவான நடவடிக்கை இலக்குகளை உருவாக்கிக் கொடுங்கள். அந்த இலக்குகள் எழுத்துபூர்வமாக இருப்பதையும், அவை தினமும் சரிபார்க்கப்படுவதையும் நீங்கள் உறுதி செய்து கொள்ள வேண்டும். நீங்கள் மேற்கொள்கின்ற இந்த நடவடிக்கைகள், அவர்கள் அதிக அளவு வருவாய் ஈட்டுவதற்காக உருவாக்கப்பட்டவை என்பதை அவர்களுக்குத் தெரியப்படுத்துங்கள்.
2. உங்களுடைய விற்பனைக் குழுவினரிடம், 100 அழைப்புகள் போட்டியை அறிமுகப்படுத்துங்கள். வெற்றியாளர்களுக்குக் கொடுப்பதற்கு ஒரு பரிசை உருவாக்குங்கள். அதை ஆண்டுக்கு மூன்று அல்லது நான்கு முறை செயல்படுத்துங்கள்.

அத்தியாயம் பன்னிரண்டு

விற்பனையாளர்களின் அடிப்படைத் தேவைகளை நிறைவேற்றுங்கள்

எல்லோருக்கும் அடிப்படைத் தேவைகள் இருக்கின்றன. அவர்கள் தங்களுடைய ஆகச் சிறந்த செயல்திறனை வெளிப்படுத்துவதற்கு முன்பு அந்த அடிப்படைத் தேவைகள் நிறைவேற்றப்பட வேண்டும். ஒரு விற்பனை மேலாளர் என்ற முறையில், உங்களுக்குக் கீழே பணியாற்றுகின்ற விற்பனையாளர்களின் அடிப்படைத் தேவைகள் நிறைவேற்றப்படுவதை உறுதி செய்கின்ற ஒரு செயல்பாட்டு முறையை நீங்கள் உருவாக்க வேண்டும். விற்பனையாளர்கள் உளவியல்ரீதியாகவும் உணர்ச்சிரீதியாகவும் சுதந்திரமாக இருந்தால்தான் அவர்களால் சிறப்பான விற்பனை

விளைவுகளை ஏற்படுத்த முடியும்.

தேவைகளின் உளவியல்

உளவியலாளரான ஆபிரகாம் மாஸ்லோ, அவருடைய 'தேவைகளின் உளவியல்' என்ற கருத்தாக்கத்திற்காக அறியப்பட்டவர். மனிதர்களுக்கு ஐந்து அடிப்படைத் தேவைகள் இருப்பதை அவர் கண்டுபிடித்தார். படிநிலை முறையில் அமைந்துள்ள அந்தத் தேவைகளில் அடிமட்டத் தேவை ஓரளவுக்கு நிறைவேற்றப்பட்டால்தான், அவர்களால் அடுத்த நிலைத் தேவைகளை நிறைவேற்றுவதை நோக்கிச் செல்ல முடியும்.

1. உயிர்பிழைத்திருப்பதற்கான தேவை

அந்த ஐந்து தேவைகளில் அடிமட்டத் தேவை உயிர் பிழைத்திருப்பதற்கான தேவை. உயிர் பிழைத்திருப்பதற்கான உள்ளுணர்வுதான் அனைத்து உணர்ச்சிகளிலும் மிகவும் சக்திமிக்கது. நம்முடைய உடல்ரீதியான இருத்தல் அச்சுறுத்தலுக்கு உள்ளாகின்றபோது நாம் வேறு எதைப் பற்றியும் சிந்திக்க மாட்டோம். அப்போது நமக்குப் பிற தேவைகளின் நிறைவேற்றம் குறித்த எண்ணம்கூடத் தோன்றாது. அதிர்ஷ்டவசமாக, நம்முடைய இன்றைய சமுதாயத்தில் இந்த அடிப்படைத் தேவை, ஒரு சில அரிய விதிவிலக்குகளை விடுத்து, கிட்டத்தட்ட அனைவருக்கும் நிறைவேற்றப்பட்டுள்ளது.

2. பாதுகாப்புக்கான தேவை

அதற்கு அடுத்த நிலையில் இருப்பது பாதுகாப்புக்கான தேவை. இதில் பருப்பொருள்ரீதியான பாதுகாப்பு, உளரீதியான பாதுகாப்பு ஆகியவை உட்பட

அனைத்துப் பாதுகாப்புகளும் அடங்கும். குறிப்பாக நிதிப் பாதுகாப்பு இதில் முக்கியமானது.

பருப்பொருள்ரீதியான பாதுகாப்பில், உணவு, உடை, உறைவிடம், போக்குவரத்து, மற்றும் சில அடிப்படைத் தேவைகள் அடங்கும். உளவியல்ரீதியான பாதுகாப்பில், தங்களைச் சுற்றியுள்ள முக்கியமான நபர்களால் தாங்கள் விரும்பப்படுதல், அங்கீகரிக்கப்படுதல், நம்பப்படுதல் ஆகியவை அடங்கும். நிதிரீதியான பாதுகாப்பில் போதுமான அளவு பணத்தைச் சொந்தமாக்கிக் கொண்டிருத்தல் அடங்கும். வறுமையால் விழுங்கிவிடப்படுவோம் என்ற பயம் எந்நேரமும் நம்மை ஆக்கிரமித்திருக்காமல் பார்த்துக் கொள்ளுதல் அது.

முதலில் இந்த இரண்டு தேவைகளும் போதுமான அளவு நிறைவேற்றப்பட்டிருக்க வேண்டும். இங்கே போதுமான அளவு என்பது நபருக்கு நபர் வேறுபடும். அப்போதுதான் அவர்களால் அடுத்தக் கட்டத்தை நோக்கித் தங்களுடைய பார்வையைத் திருப்ப முடியும். விற்பனையாளர்களைப் பொறுத்தவரை, ஒரு குறிப்பிட்ட வாழ்க்கைமுறையைக் கடைபிடிப்பதற்குத் தேவையான அளவு பணம் அவர்களுக்குக் கிடைக்கின்றபோதுதான் அவர்களால் உச்சபட்சச் செயல்திறனுடன் இயங்க முடியும்.

3. குழு ஐக்கிய உணர்வு

தங்களைச் சுற்றியுள்ள மக்களால் ஏற்றுக் கொள்ளப்படுவதற்கான தேவை இது. வேலைச் சூழல், சமூகச் சூழல் ஆகிய இரண்டுக்குமே இது பொருந்தும்.

ஒருவர் ஒரு புதிய நிறுவனத்தில் சேர்த்துக் கொள்ளப்படுகின்றபோது, அவர் முதலில் அங்கிருக்கும் நபர்களிடம் அறிமுகம் செய்து வைக்கப்படுகிறார். ஒரு விற்பனைக் குழுவில் இருப்பவர்கள் தங்களுடைய சக உறுப்பினர்களை அங்கீகரித்து அவர்களை ஏற்றுக்

கொள்கின்றபோது, அங்கு ஓர் ஐக்கிய உணர்வு ஏற்படுகிறது. அவர்கள் உச்சபட்சச் செயல்திறனுடன் இயங்குவதற்கு அது இட்டுச் செல்கிறது.

என்னுடைய நிறுவனத்தில் ஒத்திசைவான சூழலும் அமைதியும் நிலவுவதற்கு நான் பொறுப்பேற்றுக் கொள்கிறேன். என் நிறுவனத்தில் இருப்பவர்கள் அனைவரும் மகிழ்ச்சியாகவும், தங்களுடைய வேலையைச் செய்வதில் சௌகரிய உணர்வுடனும் இருப்பதை உறுதி செய்வது என் வேலை. அதனால், என்னுடைய நிறுவனத்தில் யாராவது ஒருவர் ஏதாவது ஒரு விதத்தில் எதிர்மறையான உணர்வு நிலவுவதற்கான காரணமாக இருப்பதை நான் தெரிந்து கொண்டால், உடனடியாக அவரை நான் வேலையிலிருந்து தூக்கிவிடுவேன். என் ஊழியர்கள் பிறருடைய எதிர்மறை உணர்வுகளால் பாதிக்கப்படுவதை நான் அனுமதிக்க மாட்டேன் என்பதை அவர்கள் அறிந்துள்ளதால், அவர்கள் எப்போதும் மகிழ்ச்சியாகவே இருப்பர். அதனால் அவர்கள் தங்களுடைய உச்சபட்சச் செயல்திறனுடன் இயங்குவர்.

4. சுயமதிப்புக்கான தேவை

தாங்கள் முக்கியமானவர்கள், மதிக்கத்தக்கவர்கள், மரியாதைக்குரியவர்கள் என்று உணர வேண்டிய தேவை மக்களுக்கு இருக்கிறது. தாங்கள் பிறரால் விரும்பப்படுகிறோம், போற்றப்படுகிறோம் என்று உணர வேண்டிய தேவை அவர்களுக்கு இருக்கிறது. மக்கள் தங்களைத் தாங்களே நேசிக்க வேண்டும், தாங்கள் வேலை செய்து கொண்டிருக்கின்ற நிறுவனத்திற்குத் தாங்கள் முக்கியமான பங்களிப்பை வழங்கிக் கொண்டிருக்கிறோம் என்ற உணர்வு அவர்களிடம் இருத்தல் வேண்டும்.

ஒரு விற்பனை மேலாளர் என்ற முறையில் உங்களுடைய விற்பனையாளர்கள் அனைவரின்

சுயமதிப்பையும் உயர்த்துவதற்கு நீங்கள் செய்கின்ற ஒவ்வொரு காரியமும் அவர்களுடைய தன்னம்பிக்கையை உயர்த்தும். அதிகரித்துள்ள அவர்களுடைய தன்னம்பிக்கை அவர்களை அதிக அளவில் விற்பனை நடவடிக்கைகளில் ஈடுபட வைக்கும். அது இறுதியில் அதிகமான விற்பனையில் போய் முடியும்.

5. சுய உணர்தல்

இதுதான் மாஸ்லோ முன்வைக்கின்ற இறுதித் தேவை. நீங்கள் உங்களுடைய திறமையை மேன்மேலும் முழுமையாகப் பயன்படுத்திக் கொண்டிருக்கிறீர்கள், தொடர்ந்து முன்னேறிக் கொண்டிருக்கிறீர்கள், பிறருடைய மரியாதை, அங்கீகாரம், பாராட்டு ஆகியவற்றைப் பெற்றிருக்கிறீர்கள் என்ற உணர்வு அது. உங்களால் எதுவாகவெல்லாம் ஆக முடியுமோ அத்தனையுமாக நீங்கள் ஆகிக் கொண்டிருக்கிறீர்கள் என்ற உணர்வு அது.

ஒரு விற்பனை மேலாளர் என்ற முறையில், உங்களுடைய விற்பனையாளர்கள் அனைவருடைய இந்த ஐந்து அடிப்படைத் தேவைகளும் நிறைவேற்றப்படுவதை உறுதி செய்வது உங்களுடைய இலக்குகளில் ஒன்றாக இருக்க வேண்டும். இதிலுள்ள உயர்ந்தபட்சத் தேவைகள் நிறைவேற்றப்படுகின்ற நிலையில் இருப்பவர்கள் மகிழ்ச்சியானவர்களாகவும் செயல்திறன்மிக்கவர்களாகவும் இருப்பர்.

வேலைக்குத் தேவையான மூன்று அடிப்படைத் தேவைகள்

வேலையில் இருக்கின்ற மக்களுக்கு மூன்று அடிப்படைத் தேவைகள் இருக்கின்றன. சார்பு, சுதந்திரம், சகசார்பு ஆகியவையே அந்த மூன்றும்.

சார்பு

தங்களைவிடப் பெரிய ஒன்றின் அங்கம் தாங்கள் என்ற உணர்வு மக்களுக்கு ஏற்படுகின்றபோது, அவர்களுடைய சார்புத் தேவை நிறைவேற்றப்படுகிறது. அது, ஒரு பெரிய நிறுவனம் அல்லது ஒரு பெரிய அமைப்பாக இருக்கலாம். அந்த நிறுவனம் அவர்களுக்கானது, அவர்கள் அந்த நிறுவனத்திற்கானவர்கள். அதனால்தான், ஒரு விற்பனை மேலாளர் என்ற முறையில் நீங்கள் உங்களுடைய விற்பனையாளர்களிடம் உங்களுடைய நிறுவனத்தில் நடக்கின்ற விஷயங்களைப் பகிர்ந்து கொண்டு, அவர்களையும் தீர்மானங்கள் எடுக்கின்ற செயல்முறையின் ஓர் அங்கமாக ஆக்கிக் கொள்கின்றபோது, தாங்கள் இந்த நிறுவனத்தின் பிரிக்கப்பட முடியாத ஓர அங்கம் என்ற நினைப்பு அவர்களிடம் மேலோங்கும்.

அமெரிக்க அரசின் தொழிலாளர் துறைச் செயலாளராகப் பணியாற்றிய ராபர்ட் ரீச், ஒரு முறை இவ்வாறு கூறினார்: “நான் ஓர் அலுவலகத்திற்குச் செல்கின்றபோது, அங்குள்ள மக்கள் தங்களையும் தங்களுடைய நிறுவனத்தையும் எப்படிக் குறிப்பிடுகிறார்கள் என்பதை வைத்து, அங்கு வேலை பார்க்கின்ற மக்களின் உளவியல்பூர்வமான மற்றும் உணர்ச்சிபூர்வமான சூழலை என்னால் உடனடியாகக் கண்டறிந்துவிட முடியும். தலைசிறந்த நிறுவனங்களில் பணியாற்றுகின்ற மக்கள், தங்களுடைய நிறுவனத்தைப் பற்றிக் கூறும்போது, ‘நாங்கள்,’ ‘எங்களுடைய நிறுவனம்,’ ‘என்னுடைய நிறுவனம்’ போன்ற சொற்றொடர்களைப் பயன்படுத்துவர். எடுத்துக்காட்டாக, ‘இது என்னுடைய நிறுவனம். இந்த விளைவுகளை அடைய வேண்டும் என்பது எங்களுடைய இலக்கு. அந்த இலக்கை அடைவதற்கு நாங்கள் இணைந்து பணியாற்றுகிறோம்,’ என்ற ரீதியில் அவர்களுடைய உரையாடல்கள் அமைந்திருக்கும்.”

சுதந்திரம்

அனைவருக்கும் இருக்கின்ற இரண்டாவது தேவை சுதந்திர உணர்வு. ஓர் அலுவலகத்தில் வேலை பார்க்கின்ற நபர்கள், தாங்கள் ஒரு குழுவின் உறுப்பினர்கள் என்பதைத் தாண்டி, தனிப்பட்ட முறையிலும் தாங்கள் தனித்துவமாக விளங்கிக் கொண்டிருக்கிறோம் என்ற உணர்வைப் பெற்றிருக்க விரும்புகின்றனர். உங்களுடைய விற்பனையாளர்கள் உச்சபட்சச் செயல்திறனுடன் இயங்க வேண்டும் என்று நீங்கள் விரும்பினால், அவர்களுக்குத் தனிப்பட்ட முறையில் விருதுகள், பரிசுகள் மற்றும் அங்கீகாரத்தை வழங்க வேண்டியது இன்றியமையாதது.

சகசார்பு

மூன்றாவது தேவை சகசார்பு. தாங்கள் முக்கியமான நோக்கங்களையும் இலக்குகளையும் அடைய முயன்று கொண்டிருக்கின்ற ஒரு குழுவின் ஓர் அங்கம் என்ற பெருமிதமும், அக்குழுவின் அங்கத்தினராக இருப்பதற்காகத் தாங்கள் அங்கீகரிக்கப்படுகிறோம், மதிக்கப்படுகிறோம் என்ற உணர்வும் இதில் அடக்கம்.

ஒவ்வொரு நபருக்கும் இந்த மூன்றும் வெவ்வேறு அளவுகளில் தேவைப்படுகின்றன. தன் கீழ் பணியாற்றுகின்ற விற்பனையாளர்கள் அவர்களுடைய உச்சபட்சச் செயல்திறனுடன் செயல்பட வேண்டும் என்று ஒரு விற்பனை மேலாளர் விரும்பினால், அவர் அந்த விற்பனையாளர்களின் இந்த மூன்று அடிப்படைத் தேவைகளும் நிறைவேற்றப்படுவதை உறுதி செய்ய வேண்டும். இத்தேவைகளில் எதுவொன்றிலும் பற்றாக்குறையோ அல்லது திருப்தியின்மையோ இருந்தால், அவர்களுடைய செயல்திறன் வெகுவாகக் குறையும், அவர்களுடைய உற்சாகம் மங்கும். சில நேரங்களில் இந்தத் திருப்தியின்மையின்

காரணமாக அவர்கள் தங்களுடைய வேலையிலிருந்து நின்றுவிடக்கூட விரும்பலாம்.

உருப்படியான சந்திப்புக்கூட்டங்கள்

இந்தத் தேவைகள் அனைத்தும் ஒருசேர நிறைவேற்றப்படுவதற்கான வாய்ப்பு சந்திப்புக்கூட்டங்களில் இருக்கிறது. நான் ஆலோசனை வழங்கியுள்ள சில நிறுவனங்களுக்கு, தினமும் காலையில் 8 மணிக்கு விற்பனையாளர்களின் சந்திப்புக்கூட்டங்களை நடத்துமாறு நான் பரிந்துரைத்துள்ளேன். சுமார் முப்பது நிமிடங்கள் நடைபெறுகின்ற அந்தக் கூட்டங்களில், அதில் பங்கேற்பவர்கள் அனைவரையும் நான் பேச அழைப்பேன். அப்போது, அந்த நிறுவனம் என்ன செய்து கொண்டிருக்கிறது என்பதையும், அக்குழுவினருக்கு அன்றைய தினத்திற்கான, அந்த வாரத்திற்கான, மற்றும் அந்த மாதத்திற்கான இலக்குகள் என்னென்ன என்பதையும் நான் தெரிவிப்பேன். அந்த முப்பது நிமிடங்களுக்குப் பிறகு, தங்களுடைய சார்பு, சுதந்திரம், சகசார்பு ஆகிய மூன்று தேவைகளும் நிறைவேற்றப்பட்டுள்ளதாக அவர்கள் உணர்வர். அவர்கள் வெளியே சென்று சிறப்பான விளைவுகளை ஏற்படுத்துவர். ஒரு குறுகிய காலத்திலேயே அந்த நிறுவனங்கள் விற்பனையில் சாதனை படைக்கத் தொடங்கின.

செயல்முறைப் பயிற்சிகள்

1. உங்களுடைய விற்பனையாளர்கள் மகிழ்ச்சியுணர்வையும் பாதுகாப்புணர்வையும் பெறுவதற்கும், நிறுவனத்திற்குத் தங்களை அர்ப்பணித்துக் கொள்வதற்கும், அவர்களுக்கு உங்களால் என்ன செய்ய முடியும்?

2. அடுத்த முறை நீங்கள் உங்களுடைய சந்திப்புக்கூட்டத்தை நடத்துகின்றபோது, ஒரு குறிப்பிட்ட நபரை, அவர் செய்துள்ள சாதனைக்காகப் பாராட்டுங்கள்.

அத்தியாயம் பதின்மூன்று

விற்பனையாளர்களைக் கவனக்குவிப்புடன் வைத்திருங்கள்

ஒரு விற்பனை மேலாளர் என்ற முறையில், அதாவது, உங்களுடைய விற்பனைப் படையின் தளபதி என்ற முறையில், உங்களுடைய விற்பனையாளர்களை, விற்பனை விளைவுகளை ஏற்படுத்துகின்ற நடவடிக்கைகளில் நாள்தோறும் கவனம் செலுத்த வைப்பது உங்களுடைய பொறுப்பாகும்.

கொலம்பியா பல்கலைக்கழகம் நடத்திய ஓர் ஆய்வின்படி, ஒரு விற்பனையாளர் சராசரியாக ஒரு நாளைக்கு ஒன்றரை மணி நேரம் மட்டுமே வேலை பார்க்கிறார். மீதி நேரத்தை, அரட்டையடிப்பது, காபி அருந்தச் செல்வது, இணையத்தில் மேய்வது, நாளிதழ்களைப் படிப்பது போன்றவற்றில் அவர் செலவிடுகிறார்.

இந்தப் புள்ளிவிபரம் சரியானதுதானா என்பதை உறுதி செய்வதற்காக, தேசிய அளவில் செயல்பட்டுக் கொண்டிருந்த 300 பேர் அடங்கிய ஒரு விற்பனைக் குழுவின் உறுப்பினர்கள் அனைவரிடமும் 'நிறுத்தக் கடிகாரம்' ஒன்றைக் கொடுத்து, அவர்கள் உண்மையிலேயே வேலையில் ஈடுபடுகின்ற நேரத்தைக் குறிக்கும்படி நாங்கள் அவர்களிடம் கேட்டுக் கொண்டோம். இந்த ஆய்வு ஒரு மாத காலம் நீடித்தது. அதன் முடிவில், தன்னுடைய ஊழியர்கள் உண்மையில் சராசரியாகத் தினமும் தொண்ணூறு நிமிடங்கள் நாற்பத்திரண்டு நொடிகள் மட்டுமே வேலை செய்து கொண்டிருந்தனர் என்பதை அறிந்து அந்நிறுவனம் அதிர்ச்சியடைந்தது.

அவர்கள் எப்போது வேலை செய்கிறார்கள்?

உங்களுடைய விற்பனையாளர்கள் எப்போது வேலை செய்கின்றனர்? வாடிக்கையாளர்களாக ஆவதற்கு வாய்ப்புள்ள நபர்களிடம் நேரிலோ அல்லது தொலைபேசியிலோ பேசுகின்ற நேரத்தில் மட்டுமே அவர்கள் உண்மையில் வேலை செய்கிறார்கள். மற்ற அனைத்து நேரங்களிலும் அவர்கள் வெறுமனே வளைய வருகிறார்கள், வருவாய் ஈட்டித் தராத நடவடிக்கைகளில் ஈடுபடுகிறார்கள்.

என்னுடைய நண்பர் ஒருவர் ஒரு பன்னாட்டு நிறுவனத்தில் விற்பனை மேலாளராக வேலை பார்த்து வந்தார். நூற்றுக்கு மேற்பட்ட நாடுகளில் இயங்கிக் கொண்டிருந்த அந்த நிறுவனத்திற்கு 2,000 கிளைகள் இருந்தன. அந்த நிறுவனத்தில் பல ஆண்டுகளாக முதலில் விற்பனையாளராகவும், பின்னர் விற்பனை மேற்பார்வையாளராகவும் வேலை பார்த்து வந்த அவருக்கு, இறுதியில் விற்பனை மேலாளர் பதவி வழங்கப்பட்டது. விற்பனையில் அந்த நிறுவனத்திலேயே மிகவும் பின்தங்கியிருந்த கிளை ஒன்றின் விற்பனை

மேலாளராக அவர் நியமிக்கப்பட்டார். அந்தக் கிளையின் விற்பனையைத் தூக்கி நிறுத்துகின்ற பணி அவரிடம் ஒப்படைக்கப்பட்டது.

அவர் தன் பதவியில் சேர்வதற்காக அந்நிறுவனத்தின் அலுவலகத்திற்குச் சென்றார். அது அந்த மாதத்தின் முதல் திங்கட்கிழமை. அந்தக் கிளையில் வேலை செய்து கொண்டிருந்த 32 விற்பனையாளர்களும், தங்களுடைய ஒரு கையில் ஸ்டார்பக்ஸ் காபியும், மறு கையில் ஒரு நாளிதழுமாக எந்தவிதமான அவசர உணர்வுமின்றி அங்கு நுழைந்தனர். அவர்கள் அந்தக் கிளையில் அதற்கு முன்பு என் நண்பரைப் போன்ற பல விற்பனை மேலாளர்களைப் பார்த்திருந்தனர். அவர்களைப்போலவே இவரையும் தங்களால் பந்தாடிவிட முடியும் என்று அந்த விற்பனையாளர்கள் கணக்குப் போட்டிருந்தனர்.

புதிய ஒழுங்கு முறை

ஆனால், அவர்கள் தப்புக் கணக்குப் போட்டிருந்தனர். அந்த முதல் நாளில், என் நண்பர் அந்த விற்பனையாளர்களிடம், அந்த அலுவலகத்தில் இனி தினமும் காலை 8 மணிக்கு ஒரு சந்திப்புக்கூட்டம் நடக்கும் என்று அறிவித்தார். பின் அவர்களிடம், “இந்த அலுவலகத்தில் எது இல்லை என்று நீங்கள் நினைக்கிறீர்கள்?” என்று கேட்டார். அதற்கு அவர்கள் எவரிடமிருந்தும் பதில் வரவில்லை. அதனால், அதற்கான பதிலை அவரே சொன்னார்: “இந்த அலுவலகத்தில் வாடிக்கையாளர்கள் எவரும் இல்லை. வாடிக்கையாளர்கள் இல்லாத இடத்தில் நீங்கள் இருக்கத் தேவையில்லை. இந்தக் கூட்டம் இத்துடன் முடிந்தது. உடனடியாக இந்த அலுவலகத்தைவிட்டு வெளியேறி, வாடிக்கையாளர்களைச் சந்திக்கின்ற வேலையைப் பாருங்கள்.”

இரண்டாம் நாள் தங்களுடைய அலுவலகத்திற்கு

வந்த விற்பனையாளர்கள் அங்கிருந்த நிலையைக் கண்டதும் கடும் அதிர்ச்சியடைந்தனர். இரவோடு இரவாக அவர்கள் அனைவரின் மேசைகளும் நாற்காலிகளும் அப்புறப்படுத்தப்பட்டிருந்தன.

அவர்களுடைய புதிய விற்பனை மேலாளர் அதற்கு இவ்வாறு விளக்கமளித்தார்: "இனி நீங்கள் பகல் நேரத்தை அலுவலகத்தில் செலவழிக்கப் போவதில்லை என்பதால், உங்களுக்கு மேசை நாற்காலிகள் தேவையில்லை. நாம் நம்முடைய சந்திப்புக்கூட்டத்தை நின்று கொண்டே நடத்தலாம். இந்தக் கூட்டம் இத்துடன் முடிந்தது. நீங்கள் வெளியே சென்று விற்பனையாளர்களைச் சந்தித்து விற்பனையில் ஈடுபடுங்கள். அதில் உங்களுக்கு வெற்றி கிடைக்க என் நல்வாழ்த்துகள்!"

ஒரு மாதத்திற்குள், அங்கிருந்த விற்பனையாளர்களில் 12 பேர் வேலையைவிட்டு விலகினர். அந்த விற்பனை மேலாளரின் 'இராஜாங்கத்தில்' வேலை செய்ய அவர்கள் தயாராக இருக்கவில்லை. மீதியிருந்த நபர்கள் தொடர்ந்து வாடிக்கையாளர்களைச் சந்தித்தனர். விற்பனையும் பெருகியது, அவர்களுடைய கமிஷனும் அதிகரித்தது.

ஆறு மாதங்களுக்குள், அந்த நிறுவனத்தின் 2,000 ஆவது நிலையில் (கடைசி நிலை) இருந்த அந்தக் கிளை, 1,000 இடத்திற்குள் வந்தது. இரண்டு ஆண்டுகளுக்குள், அது அந்நிறுவனத்தின் பிற அனைத்துக் கிளைகளையும் பின்னுக்குத் தள்ளிவிட்டு முதலிடத்தைப் பிடித்தது. அங்குப் பணியாற்றிக் கொண்டிருந்த விற்பனையாளர்கள் அந்த நிறுவனத்திலேயே அதிகமான கமிஷனைப் பெற்றுக் கொண்டிருந்தனர்.

இது ஓர் உண்மைக் கதை. சில ஆண்டுகளுக்கு முன்பு, இக்கதையை நான் என்னுடைய கருத்தரங்கு ஒன்றில் பகிர்ந்து கொண்டேன். தேநீர் இடைவேளையின்போது, அந்தக் கருத்தரங்கில் கலந்து கொண்டிருந்த ஒரு நபர் என்னிடம் வந்து, "நீங்கள்

கூறியது உண்மைதான். அந்தக் கிளையில் நீங்கள் கூறிய சம்பவம் நடைபெற்றுக் கொண்டிருந்தபோது நான் அங்கேதான் வேலை செய்து கொண்டிருந்தேன். அங்கு அரங்கேறிய காட்சிகள் நம்புதற்கரியவையாக இருந்தன," என்று கூறி என் கதையை உறுதி செய்தார்.

80/20 விதி

உங்களுடைய செயல்களின் விளைவுகளில் 80 சதவீதத்தை 20 சதவீத நடவடிக்கைகளே தீர்மானிக்கின்றன என்று 80/20 விதி கூறுகிறது. இதை வேறு விதத்தில் கூறுவதென்றால், உங்களுடைய 80 சதவீத நடவடிக்கைகள் வெறும் 20 சதவீத விளைவுகளையே ஏற்படுத்துகின்றன. மற்ற அனைத்து இடங்களைக் காட்டிலும் விற்பனையிலும் விற்பனை நிர்வாகத்திலும்தான் இது முற்றிலும் பொருத்தமாக இருக்கிறது.

விற்பனையைப் பொறுத்தவரை, உங்களுடைய விற்பனையாளர்களில் 20 சதவீதத்தினர்தான் உங்களுடைய விற்பனையில் 80 சதவீதத்திற்குக் காரணமாக இருப்பர். அதாவது, மீதமுள்ள 80 சதவீத விற்பனையாளர்கள், வெறும் 20 சதவீத விற்பனையை மட்டுமே கொண்டு வருவர். அதனால், ஒரு விற்பனை மேலாளர் என்ற முறையில், உயர்ந்த நிலையில் இருக்கின்ற அந்த 20 சதவீத விற்பனையாளர்களிடம்தான் நீங்கள் உங்களுடைய நேரத்தையும் கவனத்தையும் குவிக்க வேண்டும்.

உங்களுடைய விற்பனையாளர்கள் ஒவ்வொருவரும் தாங்கள் செய்கின்ற ஒவ்வொரு வேலையிலும் இந்த 80/20 விதியைப் பயன்படுத்த அவர்களுக்குக் கற்றுக் கொடுப்பது உங்கள் பொறுப்பு.

உங்களுடைய விற்பனையாளர்கள் விற்கின்ற 20 சதவீதப் பொருட்களில் இருந்துதான் அவர்களுடைய விற்பனையின் 80 சதவீதம் வருகிறது என்பதை

அவர்களுக்குக் கற்றுக் கொடுங்கள். அவர்கள் தொடர்பு கொள்ளும் 20 சதவீத நபர்களிடமிருந்துதான் அவர்களுடைய விற்பனையில் 80 சதவீதம் வரப் போகிறது. உங்களுடைய நிறுவனத்தின் இலாபத்தில் 80 சதவீதம் 20 சதவீத விற்பனையிலிருந்துதான் கிடைக்கப் போகிறது.

80 சதவீத விற்பனை விளைவுகளுக்குக் காரணமாக அமைகின்ற 20 சதவீத விற்பனை நடவடிக்கைகள்: வாடிக்கையாளர்கள் தொடர்பு கொள்ளப்படுதல், அவர்களிடம் விற்பனையாளர்கள் நிகழ்த்துகின்ற விளக்கவுரை மற்றும் விற்பனையை நிறைவு செய்தல். இதில் முக்கியமான விஷயம் வாடிக்கையாளர்களாக ஆக வாய்ப்புள்ள நபர்களைத் தொலைபேசியில் அழைத்தலும், அவர்களை நேரில் சந்தித்தலும்தான். உங்களுடைய விற்பனையாளர்கள் இந்த நடவடிக்கைகளில் அதிகமான நேரத்தைச் செலவிடுவதை உறுதி செய்வதுதான் உங்களுடைய வேலை.

நான் என்னுடைய விற்பனைப் பணியைத் தொடங்கியபோது, என்னிடம் ஒருவர் முக்கியமான இரகசியம் ஒன்றைப் பகிர்ந்து கொண்டார். அதை நான் பல பத்தாண்டுகள் கடைபிடித்து வந்தேன். அது இதுதான்: ஒரு விற்பனையாளர் என்ற முறையில், ஒரு நாளின் ஒவ்வொரு நிமிடமும் உங்களிடம் நீங்கள் இந்தக் கேள்வியைக் கேட்டுக் கொள்ள வேண்டும்: "இப்போது நான் செய்து கொண்டிருக்கின்ற காரியம் விற்பனைக்கு இட்டுச் செல்லுமா?"

அது விற்பனைக்கு இட்டுச் செல்லாது என்றால், அதை உடனடியாக நிறுத்திவிட்டு, விற்பனைக்கு இட்டுச் செல்கின்ற வேறொரு நடவடிக்கையில் ஈடுபடுங்கள். நான் இந்த இரகசியத்தைக் கடைபிடித்து, நான் பணியாற்றியிருந்த ஒவ்வொரு விற்பனைக் குழுவிலும் முதல் இடத்தை அடைந்தேன். எண்ணற்ற விற்பனையாளர்கள் சாம்பியன்களாக உருவெடுப்பதற்கு

இந்த இரகசியம் அவர்களுக்கு உதவியிருக்கிறது. உங்களுடைய விற்பனைக் குழுவில் இருக்கின்ற அனைத்து விற்பனையாளர்களும் இந்த இரகசியத்தைக் கடைபிடிக்கின்றபோது, நீங்கள் ஒரு சாம்பியன் விற்பனை மேலாளராக ஆவீர்கள்.

செயல்முறைப் பயிற்சிகள்

1. உங்களுடைய விற்பனையாளர்களுக்கு 80/20 விதியைக் கடைபிடிக்கக் கற்றுக் கொடுங்கள். அதை மீண்டும் மீண்டும் அவர்களுக்கு நினைவுபடுத்துங்கள். தினமும் அவர்கள் செய்கின்ற முக்கியமான விஷயங்கள் குறித்து அவர்கள் தெளிவாக இருப்பதற்கு அவர்களுக்கு உதவுங்கள்.
2. உங்களுடைய விற்பனையாளர்கள் அனைவருக்கும் 'நிறுத்தக் கடிகாரம்' ஒன்றை வாங்கிக் கொடுத்து, அவர்கள் உண்மையில் தங்களுடைய வாடிக்கையாளர்களுடன் தினமும் எத்தனை நிமிடங்களைச் செலவிட்டுக் கொண்டிருக்கிறார்கள் என்பதை ஒரு மாதத்திற்குத் துல்லியமாகக் கணக்கிடும்படி அவர்களுக்கு அறிவுறுத்துங்கள். அதற்கு அடுத்த மாதம், முந்தைய மாதத்தில் அவர்கள் வாடிக்கையாளர்களோடு செலவழித்திருந்த நேரத்தை இரட்டிப்பாக்குவதற்கு ஓர் இலக்கை நிர்ணயித்துக் கொள்ளும்படி அவர்களிடம் கூறுங்கள்.

அத்தியாயம் பதினைந்து

முடிவேயில்லாத தொடர் மேம்பாட்டு முறையைப் பயன்படுத்துங்கள்

இன்று உலகில் மிகவும் இலாபகரமாக இயங்கிக் கொண்டிருக்கின்ற நிறுவனங்களின் வெற்றிக்குப் பின்னால் ஒரு தத்துவம் இருக்கிறது. 'முடிவேயில்லாத தொடர் மேம்பாடு' என்பது அதன் பெயர்.

இந்தத் தத்துவத்தை நீங்கள் சுவீகரித்துக் கொள்கின்றபோது, நீங்கள் உங்களுடைய செயல்திறனின் அனைத்து அம்சங்களிலும் மேம்பாட்டைப் பெற முயல்வீர்கள். ஒரு விற்பனை மேலாளர் என்ற முறையில், விற்பனையாளர்களைத் தேர்ந்தெடுப்பதிலிருந்து, அவர்களை நிர்வகிப்பது, ஊக்குவிப்பது, அவர்களின் ஊடாக விற்பனையை உருவாக்குவது என்று சகல

அம்சங்களையும் மேம்படுத்துவது உங்களுடைய இலக்காக இருக்கும். வாடிக்கையாளர் தொடர்பு, விற்பனை நிறைவு, வாடிக்கையாளர் திருப்தி போன்ற அனைத்து விஷயங்களிலும் உங்களுடைய விற்பனையாளர்கள் தங்களை மேம்படுத்திக் கொள்வதற்கு அவர்களுக்கு உதவுகின்ற வேலையிலும் நீங்கள் ஈடுபடுவீர்கள்.

தரக் கட்டுப்பாட்டுக் குழுக்களை அமைப்பது இந்த உத்தியின் ஓர் அங்கம். இதில், உங்களுடைய விற்பனைமுறை குறித்தும் அதன் செயல்திறன் குறித்தும் ஒவ்வொரு வாரமும் விவாதிப்பதற்காக நீங்கள் உங்களுடைய விற்பனையாளர் குழுவைக் கூட்டுவீர்கள். உங்களுடைய தொழிலின் அனைத்துச் செயல்முறைகளிலும் மேம்பாட்டைக் கொண்டு வர முடியும் என்பது இதிலுள்ள நல்ல செய்தி. அக்காரியம் தொடர்ந்து செய்யப்பட்டுக் கொண்டிருக்க வேண்டும். ஒரு முக்கியச் செயல்முறையில் மேற்கொள்ளப்படுகின்ற ஒரே ஒரு மேம்பாட்டால் விளைவுகளில் பெரும் தாக்கம் ஏற்படுத்த முடியும். விற்பனையின் முக்கியப் பகுதிகளையொட்டி தரக் கட்டுப்பாட்டுக் குழுக்களை அமைப்பது நல்ல விளைவுகளைக் கொடுக்கும்.

விற்பனை விளைவுகளுக்கு இட்டுச் செல்கின்ற ஏழு முக்கிய அம்சங்கள்

இவைதாம் விற்பனை விளைவுகளுக்கு இட்டுச் செல்கின்ற ஏழு முக்கிய அம்சங்கள்:

1. வாடிக்கையாளராக ஆக வாய்ப்புள்ளவர்களைத் தொடர்பு கொள்ளுதல்
2. வாடிக்கையாளர்களின் நம்பிக்கையைச் சம்பாதித்தல்
3. தேவைகளைத் துல்லியமாகக் கண்டறிதல்

4. ஆணித்தரமாய் விளக்கவுரை அளித்தல்
5. ஆட்சேபனைகளைத் திறமையாகக் கையாளுதல்
6. விற்பனையை நிறைவு செய்தல்
7. வாடிக்கையாளர்களை மீண்டும் வாங்க வைத்தல், பிறருக்குப் பரிந்துரைக்கச் செய்தல்

எட்டாவதாக ஒன்றும் இருக்கிறது. நேர நிர்வாகம்தான் அது.

1. வாடிக்கையாளர்களாக ஆக வாய்ப்புள்ளவர்களைத் தொடர்பு கொள்ளுதல்

இந்த அம்சத்தில் நீங்கள் எந்த நிலையில் இருக்கிறீர்கள் என்பதைக் கண்டுபிடியுங்கள். அதற்கு, ஒன்று முதல் பத்து என்ற அளவீட்டில் உங்களுக்கு நீங்களே மதிப்பெண் கொடுத்துக் கொள்ளுங்கள். உங்களுடைய பொருட்களை விற்பதற்குப் புதிய வாடிக்கையாளர்களைக் கண்டுபிடிக்கின்ற செயல்முறை குறித்து நீங்கள் எந்த அளவுக்கு மகிழ்ச்சியாக இருக்கிறீர்கள்? இதில் நீங்கள் உங்களுக்குக் குறைவான மதிப்பெண்ணை வழங்கியிருந்தால், அதை உங்களுடைய தரக் கட்டுப்பாட்டுக் குழுவின் விவாதத்திற்கு எடுத்துச் செல்லுங்கள். அங்கு அவர்கள் இதில் தங்களுடைய கவனத்தைக் குவிக்கட்டும்.

நீங்கள் எதில் உங்களுடைய கவனத்தைத் தொடர்ந்து குவிக்கிறீர்களோ அது மேம்படும் என்றும், சில சமயங்களில் அது படுவேகமாக மேம்படும் என்றும் ஓர் உளவியல் கொள்கை தெரிவிக்கிறது. புதிய வாடிக்கையாளர்களை எப்படிக் கவர்வது என்பது குறித்து விவாதிப்பதற்கு நீங்கள் உங்களுடைய விற்பனையாளர்கள் குழுவைக் கூட்டினால், குழு உறுப்பினர்கள் தங்களுக்கு வெற்றிகரமாக வேலை செய்து கொண்டிருக்கின்ற உத்திகளைப் பிறருடன்

பகிர்ந்து கொள்வர். அதை அக்குழுவிலுள்ள பிற விற்பனையாளர்களும் பின்பற்றிப் பயனடையலாம்.

2. வாடிக்கையாளர்களின் நம்பிக்கையைச் சம்பாதித்தல்

"நீங்கள் மக்கள்மீது எவ்வளவு அக்கறை கொண்டுள்ளீர்கள் என்பதை அவர்கள் அறிந்து கொள்ளும்வரை, உங்களுக்கு எவ்வளவு தெரிந்திருக்கிறது என்பது குறித்து அவர்கள் அக்கறை கொள்வதில்லை," என்ற கூற்றை நீங்கள் கேள்விப்பட்டிருக்கலாம். வாடிக்கையாளர்களின் நம்பிக்கையைச் சம்பாதிக்கின்ற திறன்தான் விற்பனைச் செயல்முறையின் தொடக்கப் புள்ளியாகும்.

விற்பனை செய்வதையும் தாண்டி, விற்பனையாளர் தன்மீது அக்கறை கொண்டுள்ளார் என்று ஒரு வாடிக்கையாளர் உறுதிபட நம்புகின்றபோதுதான், அதற்கு மேலும் விற்பனையாளருடன் நேரத்தைச் செலவழிக்க அவர் முன்வருவார். வாடிக்கையாளராக ஆக வாய்ப்புள்ள ஒரு நபர் உடனடியாக உங்கள்மீது நம்பிக்கை கொள்ளும்படி செய்வதற்கு நீங்கள் செயல்முறையில் என்ன மாற்றங்களை ஏற்படுத்த வேண்டியிருக்கும்?

3. தேவைகளைத் துல்லியமாகக் கண்டறிதல்

வாடிக்கையாளராக ஆக வாய்ப்புள்ள நபர்களிடம் நீங்கள் பேசுகின்றபோது நீங்கள் மேற்கொள்கின்ற செயல்முறை இது. இதில், முன்கூட்டியே தயாரிக்கப்பட்டுள்ள கேள்விகளை அந்த நபரிடம் கேட்டல், பொதுவான பேச்சுகளிலிருந்து நீங்கள் விற்றுக் கொண்டிருக்கின்ற பொருட்களைப் பற்றிய பேச்சுக்கு மாறுதல், அந்த நபரின் உண்மையான தேவைகள்

என்ன என்பதை அடையாளம் காணுதல் போன்றவை அடங்கும். வாடிக்கையாளரின் கண்ணோட்டத்தில் இதுதான் விற்பனைச் செயல்முறையின் முக்கியமான அம்சமாகும். இதைப் பொறுத்துத்தான், நீங்கள் விற்கின்ற பொருட்களை வாங்க வேண்டுமா, வேண்டாமா என்று அவர் தீர்மானிப்பார். இந்தச் செயல்முறையையும் இதில் கேட்கப்படுகின்ற கேள்விகளையும் எப்படி உங்களால் மேம்படுத்த முடியும்?

4. ஆணித்தரமாய் விளக்கவுரை அளித்தல்

ஒரு விற்பனையாளரிடமிருந்து ஒரு பொருளை வாங்கியிருந்த ஆயிரக்கணக்கான வாடிக்கையாளர்களிடம் நடத்தப்பட்ட ஓர் ஆய்வு, உண்மையில் விற்பனை என்பது இந்த விளக்கவுரை அளிக்கின்ற சமயத்தில்தான் நடக்கிறது என்று தெரிவிக்கிறது. தாங்கள் விற்றுக் கொண்டிருக்கும் பொருள் அந்த வாடிக்கையாளருக்கு எப்படிப் பயனுள்ளதாக இருக்கும் என்பதை ஒரு விற்பனையாளர் விவரிக்கின்ற விதம்தான், மற்ற அனைத்தையும்விட வாடிக்கையாளரை அந்தப் பொருளை வாங்க வைக்கிறது. அனைத்து விதமான விளக்கவுரைகளையும் மேம்படுத்த முடியும் என்பது நல்ல செய்தி. தாங்கள் அளித்துக் கொண்டிருக்கின்ற விளக்கவுரைகளை உங்களுடைய விற்பனையாளர்களால் எப்படி மேம்படுத்த முடியும்?

5. ஆட்சேபனைகளைத் திறமையாகக் கையாளுதல்

ஆட்சேபனைகள் இல்லாமல் எந்தவொரு விற்பனையும் நடைபெறுவதில்லை. தங்கள் முன் வைக்கப்படுகின்ற பொருள் தங்களுக்குப்

பொருத்தமானதுதானா, அதை வாங்குவதற்கு உகந்த சமயம் இதுதானா, அதன் விற்பனை விலை நியாயமானதுதானா போன்றவை குறித்து அனைத்து வாடிக்கையாளர்களுக்கும் எப்போதும் சந்தேகம் இருக்கும். உங்களுடைய பொருளை வாங்காமல் இருப்பதற்கு உங்களுடைய வாடிக்கையாளர்கள் எத்தகைய ஆட்சேபனைகளை முன்வைக்கின்றனர்? அவற்றுக்கு உங்களால் எப்படி இன்னும் திறமையாக பதிலளிக்க முடியும்?

6. விற்பனையை நிறைவு செய்தல்

வாடிக்கையாளர்களாக ஆக வாய்ப்புள்ளவர்கள், நீங்கள் விற்கின்ற பொருளை உங்களிடமிருந்து வாங்கிக் கொள்வதற்கு நீங்கள் எத்தனை வாக்குறுதிகளை அள்ளி வழங்கியிருந்தாலும், அவரை நீங்கள் நேரில் சந்தித்து விற்பனையை முடிக்க வேண்டும். அவர்கள்மீது அழுத்தம் ஏற்படுத்தாமல் உங்களுடைய பொருட்களை அவரை வாங்க வைப்பதற்கான வழிமுறைகள் என்ன என்று யோசியுங்கள். விற்பனையை நிறைவு செய்கின்ற உங்களுடைய உத்திகளை எந்த விதங்களில் உங்களால் மேம்படுத்த முடியும்?

7. வாடிக்கையாளர்களை மீண்டும் வாங்க வைத்தல், பிறருக்குப் பரிந்துரைக்கச் செய்தல்

திருப்தியடைந்துள்ள மற்றும் மகிழ்ச்சியான வாடிக்கையாளர்கள், நிறுவனங்கள் விற்கின்ற பொருட்களை மீண்டும் மீண்டும் வாங்குவதன் மூலமாகத்தான் அவை பெரும் இலாபம் சம்பாதிக்கின்றன. அதோடு, அத்தகைய வாடிக்கையாளர்கள் உங்களுடைய பொருட்களைப் புதிய வாடிக்கையாளர்களுக்கு அறிமுகம் செய்து வைப்பர்

அல்லது பரிந்துரைப்பர். வாடிக்கையாளர்கள் அதிகத் திருப்தி அடைவதற்கு உங்களுடைய விற்பனையாளர்கள் என்னென்ன காரியங்களில் ஈடுபடுகின்றனர்? வருங்காலத்தில் அவற்றை அதிகரிப்பதற்கு உங்களால் வேறு என்ன செய்ய முடியும்?

நேர நிர்வாகம்

தங்களுடைய நேரத்தைச் செம்மையாகச் செலவழிப்பதில், அதிகச் சம்பளம் கொடுக்கப்படுகின்ற விற்பனையாளர்கள் குறைவான சம்பளம் கொடுக்கப்படுகின்ற விற்பனையாளர்களைவிட மேம்பட்ட விதத்தில் செயல்படுகின்றனர். அதிகச் செயல்திறனுடன் செயல்பட்டுக் கொண்டிருக்கின்ற உங்களுடைய விற்பனையாளர்கள் எந்த மாதிரியான நேர நிர்வாக உத்திகளைக் கையாள்கின்றனர்? உங்களுடைய விற்பனைக் குழுவிலுள்ளவர்களின் நேர நிர்வாகத் திறமையைத் தொடர்ந்து மேம்படுத்திக் கொண்டேயிருப்பதற்கு அவர்களுக்கு உங்களால் எவற்றையெல்லாம் கற்றுக் கொடுக்க முடியும்?

தரக் கட்டுப்பாட்டுக் குழுக்களின் செயல்முறை

தரக் கட்டுப்பாட்டுக் குழு ஒன்றை உங்களுடைய விற்பனையாளர்களிடையே அமைப்பதற்கான சிறந்த வழி, வாரந்தோறும் ஒரு மணி நேரத்தை அதற்காக ஒதுக்குவதாகும். அப்போது, அக்குழுவினர், விற்பனைச் செயல்முறையின் ஒரே ஓர் அம்சத்தை மட்டும் எடுத்துக் கொண்டு அதில் கவனம் செலுத்துவர்.

விற்பனைச் செயல்முறையின் ஒரு முக்கியமான அம்சத்தில் உங்களுடைய விற்பனையாளர்கள் ஒவ்வொருவரும் எப்படிச் சிறந்த விளைவுகளை ஏற்படுத்தியிருந்தனர் என்பதை அக்குழுவில் பகிர்ந்து கொள்ளச் செய்யுங்கள். பின் அந்த நடைமுறைகளில்

சிறந்தவற்றை உங்களுடைய விற்பனையாளர்களால் எப்படித் தங்களுடைய விற்பனைச் செயல்முறையில் இணைத்துக் கொள்ள முடியும் என்று அவர்களையே பேசச் சொல்லுங்கள்.

தரக் கட்டுப்பாட்டுக் குழுவின் சந்திப்புக்கூட்டங்களை நடத்துவதற்கு இரண்டு நேரங்கள் ஏற்றவையாக இருக்கும். ஒன்று, திங்கட்கிழமை காலை. அப்படிச் செய்தால், தாங்கள் கற்றுக் கொள்கின்ற புதிய விஷயங்களை உடனடியாக அந்த வாரத்திலேயே அவர்களால் செயல்படுத்த முடியும். மற்றொன்று, வெள்ளிக்கிழமை மாலை. அப்போதுதான் விற்பனையாளர்கள் அனைவரும் ஒரு முழு வார அனுபவத்தைப் பெற்றிருப்பார்கள்.

அனைவரையும் சேர்த்துக் கொள்ளுங்கள்

தரக் கட்டுப்பாட்டுக் குழுக்களைப் பயன்படுத்துவதற்கான மற்றொரு வழி, பல துறைகளையும் உள்ளடக்கிய ஓர் அணுகுமுறை. இதில் நீங்கள் உங்களுடைய நிறுவனத்திலுள்ள அனைவரையும் ஈடுபடுத்த வேண்டும். வாடிக்கையாளர்களின் அழைப்புகளை முதலில் பெறுகின்ற உங்களுடைய நிறுவனத்தின் வரவேற்பாளரைக்கூட நீங்கள் இதில் சேர்த்துக் கொள்ள வேண்டும். விற்பனைச் செயல்முறையையும், வாடிக்கையாளர்கள் பெறுகின்ற அனுபவத்தையும் மேம்படுத்துவதற்கு, அவர்கள் அனைவரிடமிருந்தும் நீங்கள் யோசனைகளைப் பெறலாம்.

உங்களுடைய நிறுவனத்தின் கணக்கியல் துறை, உற்பத்தி, விநியோகம், சந்தைப்படுத்துதல் போன்ற துறைகளைச் சேர்ந்த மக்களையும் அழைத்து வந்து பலவிதமான கண்ணோட்டங்களைச் செவிமடுங்கள். பிறகு, விற்பனையை எப்படி மேம்படுத்தலாம் என்பதைப் பற்றியும் பிரச்சனைகளுக்கான தீர்வுகளைப்

பற்றியும் விவாதியுங்கள். முடிந்த அளவுக்கு ஒரு திட்டவட்டமான முறையில் விஷயங்களைக் குறிப்பிடுங்கள். வெறுமனே, “வாடிக்கையாளர்களை மகிழ்வுறச் செய்யுங்கள்,” என்று பொதுப்படையாகக் கூறாமல், “வாடிக்கையாளர்களிடமிருந்து வருகின்ற தொலைபேசி அழைப்புகளை, இரண்டு மணி அடித்தவுடனேயே எடுத்துப் பேசுங்கள்,” என்றோ, அல்லது, “வாடிக்கையாளர்களின் சந்தேகங்களுக்கு ஒரு மணி நேரத்திற்குள்ளாக பதிலளியுங்கள்,” என்றோ கூறலாம்.

ஒரு நிறுவனம் செய்து கொண்டிருக்கின்ற காரியங்களில் தாங்களும் அதிக அளவில் ஈடுபடுத்தப்பட்டுள்ளோம் என்ற உணர்வு ஊழியர்களுக்கு ஏற்படுகின்றபோது, அவர்கள் தங்கள் நிறுவனத்திடம் அதிக விசுவாசத்துடன் இருப்பர், அர்ப்பணிப்புடன் செயல்படுவர். உங்களுடைய செயல்முறையின் மேம்பாட்டில் நீங்கள் உங்களுடைய விற்பனைக் குழுவை எவ்வளவு அதிகமாக ஈடுபடுத்துகிறீர்களோ, அவர்கள் அவ்வளவு அதிகச் செயல்திறனுடன் செயல்படுவர்.

செயல்முறைப் பயிற்சிகள்

1. ஒரு குறிப்பிட்ட விற்பனைச் செயல்பாட்டை மேம்படுத்துவதற்கான வழிகளைக் கண்டுபிடிப்பதற்கு, உங்களுடைய விற்பனைக் குழுவினர் வாரந்தோறும் ஒரு மணி நேரம் கூடிப் பேசுவது என்ற தீர்மானத்தை எடுங்கள்.
2. தொடர்ச்சியான மேம்பாடு தொடர்பான ஒரு புதிய யோசனையை நீங்கள் ஏற்றுக் கொண்டவுடன், அதை உங்களுடைய குழுவிலுள்ள அனைவரும் உடனடியாகப் பரிசோதித்துப் பார்த்து அவர்களுடைய அனுபவங்களைப் பகிர்ந்து கொள்ளுமாறு கூறுங்கள். ஒவ்வொரு வாரமும் வெவ்வேறு

புதிய யோசனைகளை முயற்சி செய்யுங்கள். விற்பனை விளைவுகளில் இவை ஏற்படுத்துகின்ற கூட்டு விளைவைக் கண்டு நீங்கள் மிகவும் வியந்து போவீர்கள்.

அத்தியாயம் பதினைந்து

விற்பனையை உயர்த்துவதற்காக மூளையைக் கசக்குங்கள்

உங்களுக்குக் கீழே பணியாற்றுபவர்கள் ஒவ்வொருவரும் அவர்களுடைய உச்சபட்சச் செயல்திறனை வெளிப்படுத்துவதை உறுதி செய்வது ஒரு விற்பனை மேலாளர் என்ற முறையில் உங்களுடைய முக்கியப் பணிகளில் ஒன்று. பொதுவாகவே, பயன்படுத்தப்படாமல் இருக்கின்ற செயல்திறன் விற்பனையாளர்களிடம் நிறையவே இருக்கும். அதைப் பயன்படுத்திக் கொள்வதற்கான வழிகளை நீங்கள் கண்டுபிடித்தால், அதன் மூலம் விற்பனை விளைவுகளைப் பெருக்கிக் கொள்ளலாம்.

விற்பனை மேம்பாட்டுக்காக ஒரு குழுவாகச் சேர்ந்து மூளையைக் கசக்கிக் கொள்ளுதல் ஒரு விற்பனை மேலாளரின் பணிகளில் ஒன்று. உங்களுடைய

விற்பனைப் படையின் முழுச் செயல்திறனையும் கட்டவிழ்த்துவிடுவதற்கான சிறந்த வழி இது. உங்களுடைய விற்பனைக் குழு எதிர்கொண்டிருக்கின்ற ஒரு குறிப்பிட்டப் பிரச்சனைக்குத் தீர்வு காண்பதற்காக, நீங்கள் உங்களுடைய விற்பனையாளர்களை ஒன்றுகூட்டி, கூட்டாக அவர்களை மூளையைக் கசக்க வைக்க வேண்டும். கடினமான வாடிக்கையாளர்களைக் கையாளுதல், போட்டிச் சூழலை மாற்றியமைத்தல், விற்பனைப் பொருட்களுக்கு இருக்கின்ற தேவைகளில் உள்ள ஏற்ற இறக்கங்கள் போன்றவற்றில் உள்ள பிரச்சனைகளை இதில் அடக்கலாம்.

இந்தச் செயல்முறையைக் கச்சிதப்படுத்துவது தொடர்பாக, 1945 ஆம் ஆண்டிலிருந்தே, தொழிலுலகைச் சேர்ந்த பல சிந்தனையாளர்கள் சிந்தித்து வந்துள்ளனர். ஒரு குறுகிய காலத்தில் சிறப்பான விளைவுகளைக் கொண்டுவருவதற்காக அவர்கள் சில விதிமுறைகளை வகுத்துள்ளார்கள்.

தொழிலுலகிலுள்ள மிகவும் ஆற்றல்வாய்ந்த கருத்தாக்கங்களில் ஒன்று கூட்டு சக்தி. ஐக்கியத்துடன் இணைந்து பணியாற்றுகின்ற ஒரு குழுவால் உருவாக்கப்படுகின்ற கூட்டு விளைவு, அந்தக் குழு உறுப்பினர்கள் தனித்தனியாகப் பணியாற்றி வருகின்ற விளைவுகளின் கூட்டைவிட அதிகமாக இருக்கும் என்று அதற்கு அர்த்தம். இது கூட்டாக மூளையைக் கசக்கிக் கொள்வதற்கும் பொருந்தும்.

யோசனைகளின் உற்பத்தி

விற்பனை தொடர்பான பிரச்சனைகளைக் கையாள்வதற்கு, வாரத்திற்கு ஒரு முறை, கூட்டாக மூளையைக் கசக்கித் தீர்வு காண முயல்கின்ற கூட்டங்களை நீங்கள் நடத்த வேண்டும்.

இக்கூட்டங்களுக்கான சரியான கால அளவு பதினைந்து நிமிடங்களிலிருந்து நாற்பத்தைந்து

நிமிடங்கள்வரை இருக்கலாம். நீங்கள் கூட்டம் தொடங்குகின்றபோதே, அது எவ்வளவு நேரம் நடைபெறும் என்பதைக் கூறிவிட வேண்டும், சரியான நேரத்தில் அதை முடித்துவிடவும் வேண்டும்.

அக்கூட்டத்தில், நடைமுறைக்கு உகந்த ஒரு தீர்வு தேவைப்படுகின்ற ஒரே ஒரு கேள்வி அல்லது ஒற்றைப் பிரச்சனையில் மட்டுமே நீங்கள் உங்கள் கவனத்தைக் குவிக்க வேண்டும். எடுத்துக்காட்டாக, "அடுத்த 90 நாட்களுக்குள் நம்முடைய விற்பனையை 20 சதவீதம் அதிகரிப்பது எப்படி?" என்ற கேள்வியையோ, அல்லது, "இப்போதிருப்பதைவிட அதிகமான வாடிக்கையாளர்கள் நம்முடைய பொருளை வாங்குமாறு செய்வது எப்படி?" என்ற கேள்வியையோ நீங்கள் விவாதிப்பதற்கு எடுத்துக் கொள்ளலாம்.

விற்பனைச் செயல்முறையின் ஒவ்வோர் அம்சத்தை விவாதிப்பதற்கும் நீங்கள் இந்த உத்தியைப் பயன்படுத்தலாம். எடுத்துக்காட்டாக, "வாடிக்கையாளர்களாக ஆக வாய்ப்புள்ளவர்களைத் தொடர்பு கொள்கின்றபோது, இப்போதிருப்பதைவிட அதிக எண்ணிக்கையில் அவர்களைச் சந்திப்பதற்கு அனுமதி பெறுவது எப்படி?" என்ற கேள்வியை அக்கூட்டத்தில் அலசலாம்.

"வாடிக்கையாளர்களை நாம் முதன்முதலாகச் சந்திக்கின்றபோது, அவர்கள் நம்மீது அதிக நம்பிக்கை கொள்ள அவர்களைத் தூண்டுவதற்கு நாம் எந்த மூன்று விஷயங்களைச் செய்ய வேண்டும்?" என்றுகூட நீங்கள் கேட்கலாம். கேள்விகளை உருவாக்குவதற்குக் கற்பனைதான் எல்லை.

முறையான கட்டமைப்பு

இக்கூட்டத்தை நடத்துவதற்கு, அதில் பங்கேற்பவர்களை ஒரு வட்ட வடிவில் அமரச் செய்ய வேண்டும். அப்படி உட்கார வைக்கின்றபோது,

அதிலுள்ள எல்லோருமே ஒருவரையொருவர் பார்த்தபடி அமர முடியும். மக்கள் உரையாடுகின்றபோது, ஒருவர் மற்றவர்களின் கண்களை நேருக்கு நேர் பார்த்துப் பேசுகின்றபோது, இன்னும் கூடுதலான யோசனைகளைப் பகிர்ந்து கொள்வதற்குத் தூண்டப்படுகிறார்கள்.

இக்கூட்டங்களில் யோசனைகளின் தரத்திற்கு முக்கியத்துவம் கொடுக்கப்படுவதில்லை. மாறாக, அவற்றின் எண்ணிக்கைக்குத்தான் முக்கியத்துவம் கொடுக்கப்படுகிறது. இது போன்ற கூட்டங்களில் அதிகமான எண்ணிக்கையில் யோசனைகள் முன்வைக்கப்படுகின்றபோது, உங்களுடைய தொழிலின் எதிர்காலத்தையே மாற்றி அமைக்கக்கூடிய ஆற்றல்வாய்ந்த ஒரு சிறந்த யோசனை அதிலிருந்து உதயமாவதற்கு வாய்ப்புகள் அதிகம். அதனால், அதிகமான எண்ணிக்கையில் யோசனைகளைக் கூறுவதற்கு அதில் பங்கேற்பவர்களை ஊக்குவியுங்கள்.

நிறுவனங்களுக்காக நான் இதுபோன்ற கூட்டங்களை நடத்துகின்றபோது, அக்கூட்டத்தில் நான் இரண்டு நபர்களை நியமிப்பேன். ஒருவர் தலைவர். அக்கூட்டத்தில் பங்கேற்கின்ற ஒவ்வொருவரும் தங்களுடைய கருத்துகளைக் கூறுவதற்கு வாய்ப்பு வழங்கப்படுவதை அவர் உறுதி செய்வார். சிலர் கூட்டத்தில் பேசுவதற்குத் தயங்குவர். சிலர் பிறர் முன்னிலையில் பேசக் கூச்சப்படுவர். அதுபோன்ற நபர்களும் தங்களுடைய யோசனைகளைத் தெரிவிக்கும்படி செய்வது அந்தத் தலைவருடைய வேலை. பல நேரங்களில், இப்படி அதிகம் பேசாமல் இருக்கின்ற நபர்களிடமிருந்துதான் புரட்டிப் போடுகின்ற சிறந்த யோசனைகள் பிறக்கும்.

இரண்டாவது நபர் பதிவாளர். கூட்டத்தில் முன்வைக்கப்படுகின்ற அனைத்து யோசனைகளையும் பதிவு செய்ய வேண்டியது அவருடைய வேலை. ஆறு அல்லது ஏழு பேர் கலந்து கொள்கின்ற கூட்டங்களுக்கு ஒன்றுக்கு மேற்பட்டப் பதிவாளர்கள் தேவைப்படுவர்.

குறைவான நபர்கள், சிறப்பான விளைவுகள்

இது போன்ற கூட்டங்களில் ஐந்து முதல் ஏழு பேர்வரை இருப்பது சரியாக இருக்கும். ஐந்து பேருக்கும் குறைவாக இருந்தால், அக்கூட்டத்தால் திறம்பட இயங்க முடியாமல் போய்விடும். கிடைக்கின்ற யோசனைகளின் எண்ணிக்கையும் குறைவாக இருக்கும். ஏழு பேருக்கு அதிகமாக இருந்தால், அதில் கலந்து கொள்கின்ற அனைவருக்கும் யோசனைகளைத் தெரிவிப்பதற்குப் போதுமான வாய்ப்புக் கிட்டாமல் போய்விடும்.

இக்கூட்டங்கள் வெற்றிகரமாக நிகழ வேண்டுமென்றால், அங்கு எடைபோடுதல்கள் இருக்கக்கூடாது. விமர்சனங்கள் அறவே கூடாது. ஒரு யோசனை முன்வைக்கப்படும்போது, முதலில் அது எவ்வளவுதான் விநோதமாகத் தெரிந்தாலும், அதை எள்ளி நகையாடக்கூடாது. பெரும்பாலான சமயங்களில், இரண்டு விநோதமான யோசனைகளின் கூட்டு, புரட்சிகரமானதொரு யோசனைக்கு இட்டுச் செல்லக்கூடும்.

முதலில் அறிவிக்கப்பட்டிருந்த நேரத்தில் நீங்கள் இக்கூட்டங்களை நிறைவு செய்துவிட வேண்டும். காலக்கெடு கொடுக்கின்ற அழுத்தம் புதிய யோசனைகளின் பிறப்புக்கு வழி வகுக்கும்.

யோசனைகளின் பரிசீலனை

இக்கூட்டங்கள் இரண்டு பகுதிகளைக் கொண்டிருக்கும். முதல் பகுதி, யோசனைகளின் உருவாக்கம். இரண்டாவது பகுதி, யோசனைகளின் பரிசீலனை.

இக்கூட்டங்களில், நீங்கள் போதுமான அளவு யோசனைகளை உருவாக்கி, அவற்றை எழுதி வைத்துக் கொண்டவுடன், நீங்கள் அவற்றை ஒவ்வொன்றாகப் பரிசீலனை செய்யத் தொடங்கலாம்.

நான் இதுபோன்ற கூட்டங்களை நடத்துகின்றபோது, அதில் பங்கேற்பவர்களை ஏழு பேர் அடங்கிய பல குழுக்களாகப் பிரித்து வெவ்வேறு வட்ட மேசைகளைச் சுற்றி நான் அமர்த்தி வைப்பேன். ஒரு குழுவினர் மேற்கொள்கின்ற யோசனைகளைப் பரிசீலிக்கின்ற வேலையை மற்றொரு மேசையில் அமர்ந்திருக்கும் குழுவிடம் நான் ஒப்படைப்பேன். இப்படிச் செய்கின்றபோது, வேறொரு குழுவின் யோசனைகளை அவர்கள் பரிசீலிப்பதால் அங்கு அகங்கார மோதல்கள் ஏற்படுவதற்கு வாய்ப்பில்லாமல் போய்விடும்.

யோசனைகளைப் பரிசீலிக்கின்றபோது, அவற்றை அலசி ஆராய்ந்து, விவாதித்து, உடனடியாக நடைமுறைப்படுத்தக்கூடிய, சிறப்பான விளைவுகளை ஏற்படுத்தக்கூடிய யோசனையை அவற்றிலிருந்து நீங்கள் தேர்ந்தெடுப்பீர்கள். இதில் பங்கு பெறுபவர்கள் தங்களுடைய சிறந்த யோசனைகளைப் பகிர்ந்து கொள்வதற்கு அதிக வாய்ப்பு இருக்கின்றபோது, அவர்கள் அதிக அர்ப்பணிப்புடன் தங்களுடைய நிறுவனத்திற்குச் சேவை புரிவர், வருங்காலத்தில் தங்களுடைய வேலையை இன்னும் மேம்பட்ட விதத்தில் செய்வர்.

படைப்பாற்றல்ரீதியான திறமையை வெளிக்கொணர்தல்

இந்தக் கூட்டு மூளைக் கசக்கல் முறை, உங்களுடைய ஊழியர்களை ஊக்குவிப்பதற்கும், அவர்களைப் படைப்பாற்றல்ரீதியாகச் சிந்திக்க வைப்பதற்கும், வேலைகளைத் திறம்படச் செய்வதற்குத் தொடர்ந்து அவற்றை மேம்படுத்துவதில் பங்களிப்பை நல்குவதற்குமான ஆற்றல்மிக்க ஒரு வழியாகும்.

எல்லோரிடமும் யோசனைகள் இருக்கும். பல ஆண்டுகளாக, நான் நாடு முழுவதும் பல நிறுவனங்களுக்கு இந்த உத்தியைக் கற்றுக்

கொடுத்துள்ளேன். ஆனால், தொழில் மற்றும் சந்தை தொடர்பான விஷயங்களில் போதுமான அனுபவம் பெற்றிராத எழுத்தர்கள், உதவியாளர்கள், கீழ்நிலை ஊழியர்கள் போன்றோரிடமிருந்து ஒரு நிறுவனத்திற்குக் கிடைக்கின்ற யோசனைகளின் எண்ணிக்கையைக் கண்டும், அவற்றின் தரத்தைக் கண்டும் நான் பெரும் வியப்படைந்திருக்கிறேன். அவர்களுடைய யோசனைகளில் பல, ஆயிரக்கணக்கான டாலர்கள் மதிப்பு வாய்ந்தவை.

இது போன்ற கூட்டங்களிலிருந்து கிடைக்கின்ற பயன்களில் முக்கியமானது என்னவென்றால், விற்பனை மேலாளர் என்ற முறையில் அது உங்களிடம் தனிப்பட்ட முறையில் ஏற்படுத்துகின்ற தாக்கம்தான். அதன் காரணமாக நீங்கள் பெரும்பாலான நேரங்களில் புத்திக்கூர்மையுடனும், படைப்பாற்றலுடனும், பிரகாசமான சிந்தனையுடனும் இருப்பீர்கள். நீங்கள் மேம்பட்ட, திறமையான ஒரு மேலாளராகக் கருதப்படுவீர்கள். தங்களுடைய உச்சபட்ச ஆற்றலுடன் செயல்படுகின்ற சிறந்ததொரு விற்பனையாளர் குழுவை நீங்கள் உருவாக்குவீர்கள்.

செயல்முறைப் பயிற்சிகள்

1. உங்களுடைய குழுவிலுள்ள ஒவ்வொருவருக்கும் பிரச்சனையாக இருக்கின்ற ஒரு விஷயத்தைத் தேர்ந்தெடுத்துக் கொள்ளுங்கள்.
2. உடனடியாக ஒரு கூட்டு மூளைக் கசக்கல் கூட்டத்திற்கு ஏற்பாடு செய்யுங்கள். முடிந்தால் அன்றைய தினத்தின் மாலையிலேயே அதைக் கூட்டுங்கள்.

அத்தியாயம் பதினாறு

விற்பனையாளர்களுக்கு சுயகட்டுப்பாட்டைக் கற்றுக் கொடுங்கள்

தங்களுடைய உச்சபட்சச் செயல்திறனுடன் இயங்குகின்ற ஒரு விற்பனைக் குழுவை உருவாக்குவதுதான் ஒரு விற்பனை மேலாளர் என்ற முறையில் உங்களுடைய முதன்மை இலக்காக இருக்க முடியும். அதற்கு உங்களுடைய விற்பனையாளர்கள் ஒவ்வொருவரும் உச்சபட்சச் செயல்திறனுடன் இயங்க வேண்டும். அப்படி அவர்கள் இயங்குவதற்கு அவர்கள் மிகச் சிறந்த சுயகட்டுப்பாட்டைக் கொண்டிருக்க வேண்டும்.

விளையாட்டுக் குழுக்களைப் பொறுத்தவரை, அவற்றிலுள்ள மிகச் சிறந்த வீரர்கள், தீவிரக்

கட்டுப்பாட்டுடன்கூடிய பயிற்சியைப் பெரிதும் மதிப்பர், அவர்கள் அதை இரசிப்பர்.

உங்களுடைய விற்பனைக் குழுவிற்கு மிக உயர்ந்த தரத்தை நிர்ணயித்து, கடுமையான கட்டுப்பாடுகளை விதித்து, அவற்றை உங்களுடைய விற்பனையாளர்கள் ஒழுங்குடன் கடைபிடிப்பதை உறுதி செய்வதன் மூலம், ஒரு விற்பனை மேலாளர் என்ற முறையில் நீங்கள் உங்களுடைய விற்பனையாளர்கள் ஒவ்வொருவருக்கும் தனிப்பட்ட முறையில் பெரும் நன்மையைச் செய்கிறீர்கள். தங்களிடமிருந்து மிகச் சிறந்த விஷயங்களை வெளிக்கொணர்வதற்காகத் தங்களிடம் கடுமையாக நடந்து கொண்டிருந்த தங்களுடைய பழைய மேலதிகாரிகளைப் பற்றிப் பின்னர் பலர் நல்லவிதமாகவே நினைவுகூர்கின்றனர். அந்த மேலதிகாரி, அந்த நபர்கள் தங்களைப் பற்றியும் தங்களுடைய வேலையைப் பற்றியும் கொண்டிருந்த கண்ணோட்டத்தை அடியோடு மாற்றியிருந்தார். அதன் விளைவாக, அந்த நபர்கள் அந்த மேலதிகாரியின் கீழ் மிகவும் வெற்றிகரமாகச் செயல்பட்டிருந்தனர். அவர்கள் பின்னர் வேறு வேலைகளுக்குச் சென்றபோதும் அது அவர்களோடு ஒட்டிக் கொண்டிருந்தது. அவர்கள்மீது அந்தக் கட்டுப்பாடுகள் விதிக்கப்படாமல் இருந்திருந்தால், அவர்கள் இந்த அளவு வெற்றி பெற்றிருந்திருக்க மாட்டார்கள்.

சுயகட்டுப்பாடுகளின் வரையறை

சுயகட்டுப்பாடுகள் குறித்தப் பல விளக்கங்கள் இருந்தாலும், எனக்குப் பிடித்த விளக்கம், எல்பர்ட் ஹப்பார்டின் விளக்கம்தான். அவர் அதை இவ்வாறு விளக்கியிருந்தார்: “சுயகட்டுப்பாடு என்பது நீங்கள் விரும்பினாலும் விரும்பாவிட்டாலும் நீங்கள் செய்தாக வேண்டியதைச் செய்வதற்கான ஆற்றலாகும்.”

நீங்கள் விரும்புகின்ற ஒன்றைச் செய்வதற்கு

உங்களுக்கு எந்தவிதமான சுயகட்டுப்பாடும் தேவையில்லை. ஆனால், நீங்கள் விரும்பாத ஒன்றைச் செய்வதற்கு அதிகமான சுயகட்டுப்பாடு தேவை. கடின உழைப்பு, விடாமுயற்சி, உறுதிப்பாடு ஆகியவை தேவைப்படுகின்ற காரியங்களைச் செய்வதற்கு சுயகட்டுப்பாடு தேவை. நற்பண்புகளை வளர்த்துக் கொள்வதற்கும் தனிப்பட்ட உன்னதத்தை உருவாக்கிக் கொள்வதற்குமான ஒரே வழி சுயகட்டுப்பாடுதான். உச்சபட்சச் செயல்திறனுடன் செயல்படுகின்ற ஒரு குழுவை, குறிப்பாக ஒரு விற்பனைக் குழுவை, உருவாக்குவதற்கு சுயகட்டுப்பாடு அவசியம் தேவை.

ஜிம் ரோன் இவ்வாறு கூறியுள்ளார்: "வெற்றி என்பது எண்ணற்ற டன்கள் சுயகட்டுப்பாட்டை உள்ளடக்கிய ஒன்று." அவரே வேறு ஒன்றையும் கூறுகிறார்: "சுயகட்டுப்பாட்டின் எடை கிராம்களில் இருக்கும். பின்வருத்தத்தின் எடை டன்களில் இருக்கும்."

இதையே ஜிக் ஜிக்லர், "நீங்கள் உங்களிடம் கடுமை காட்டினால், வாழ்க்கை உங்களிடம் கடுமை காட்டாது. ஆனால், நீங்கள் உங்களிடம் கடுமை காட்ட மறுத்தால், வாழ்க்கை உங்களிடம் கடுமை காட்டும்," என்று கூறியுள்ளார்.

செயல்திறனுக்கான தெளிவான தரங்களை நிர்ணயித்துக் கொள்ளுங்கள்

மக்களுக்கு சுயகட்டுப்பாட்டைக் கற்றுக் கொடுப்பதற்கான சரியான அணுகுமுறை, அதற்கான தேவை எழுவதற்கு வெகுகாலம் முன்பே அதைத் தொடங்கிவிடுவதுதான். உங்களுடைய குழுவிலுள்ள அனைவரும் அறிந்திருக்கின்ற, புரிந்து வைத்திருக்கின்ற, மற்றும் ஒப்புக் கொண்டிருக்கின்ற இலக்குகளையும் தர நிர்ணயங்களையும் நீங்கள் நிர்ணயிப்பதிலிருந்து அது தொடங்குகிறது.

நீங்கள் தெளிவான இலக்குகளையும் தர

நிர்ணயங்களையும் உருவாக்குகின்றபோது, அவற்றுக்கு ஒரு காலக்கெடு இருப்பதையும் நீங்கள் தெளிவாக்க வேண்டும். அவை தன்னிச்சையானவையோ அல்லது அவர்கள் விருப்பப்பட்டால் மட்டுமே கடைபிடிக்கப்படக்கூடியவையோ அல்ல. விற்பனையாளர் தன் விருப்பத்திற்கு ஏற்பத் தேர்ந்தெடுத்துக் கொள்ளக்கூடியவை அல்ல அவை. இந்தத் தர நிர்ணயங்களையும் காலக்கெடுக்களையும் ஏற்றுக் கொள்ள முடியாதவர்கள், அதை ஏற்றுக் கொள்ளத் தயாராக இருப்பவர்களுக்கு வழி விட்டுவிட்டு விலகிச் சென்றுவிடலாம் என்பதை நீங்கள் முதலிலேயே அவர்களிடம் சொல்லிவிடுங்கள்.

நீங்கள் விதித்துள்ள கட்டுப்பாடுகள் ஒழுங்காகக் கடைபிடிக்கப்பட்டு வருகின்றனவா என்பதை நீங்கள் குறைந்தபட்சம் வாரத்திற்கு ஒரு முறையாவது சோதிக்க வேண்டும். நாம் ஏற்கனவே பதினொன்றாம் அத்தியாயத்தில் பார்த்ததுபோல, உங்களுடைய விற்பனைக் குழுவிலுள்ள ஒவ்வொருவருக்கும் நீங்கள் திட்டவட்டமான செயல்திட்டங்களை வகுத்துக் கொடுக்க வேண்டும். விற்பனையாளர்கள் அன்றாடம் எத்தனை தொலைபேசி அழைப்புகளை விடுக்க வேண்டும், எத்தனை பேரை நேரில் சந்திக்க வேண்டும், எத்தனை விளக்கவுரைகளை அளிக்க வேண்டும், இறுதியில், அவர்கள் தங்களுடைய வேலையைத் தக்கவைத்துக் கொள்வதற்கு எவ்வளவு விற்க வேண்டும் போன்றவை அத்திட்டத்தில் இடம்பெற்றிருக்க வேண்டும்.

செயல்திறன் மதிப்பாய்வுகளை மேற்கொள்ளுங்கள்

நான் பல கடினமான மேலதிகாரிகளுக்குக் கீழே பணியாற்றிவிட்டு ஒருவழியாக ஒரு விற்பனை மேலாளராக ஆனபோது, ஒரு விற்பனையாளர்

மோசமான செயல்திறனை வெளிப்படுத்தியுள்ளதற்காக அவரைக் கடுமையாக விமர்சிப்பதும், வருங்காலத்திலாவது அவர் தன்னை மேம்படுத்திக் கொள்ள வேண்டும் என்று அவரிடம் கண்டிப்புடன் கூறுவதும்தான் செயல்திறன் மதிப்பாய்வு என்று நான் நினைத்துக் கொண்டிருந்தேன். ஆனால், செயல்திறன் பகுப்பாய்வின் உண்மையான நோக்கம், ஒரு விற்பனையாளரைத் தண்டிப்பது அல்ல, மாறாக, அவருடைய செயல்திறனை மேம்படுத்துவதுதான் என்ற புரிதல் ஏற்பட்டபோதுதான் என் தொழில்வாழ்க்கையில் ஒரு திருப்புமுனை ஏற்பட்டது.

பிறருடைய செயல்திறனை உங்களால் எப்படி மேம்படுத்த முடியும்? செயல்திறன் மதிப்பாய்வுச் சந்திப்பிற்குப் பிறகு, விற்பனையாளர்கள் தங்களைப் பற்றி மேம்பட்ட விதத்தில் உணரும்படி செய்வதன் மூலமாகத்தான் அதை உங்களால் செய்ய முடியும். நீங்கள் ஒருவருடைய மோசமான செயல்திறனைச் சாடினால், அது மீண்டும் நடைபெறுவதற்கான வாய்ப்புகள்தான் அதிகரிக்கும். அவர்களை அது பதற்றமடைய வைக்கும். வருங்காலத்திலும் தாங்கள் மோசமாகச் செயல்படக்கூடும் என்ற பயத்தை அது அவர்களுக்குள் விதைக்கும். அது அவர்களுடைய விற்பனை விளைவுகளைக் கூட்டுவதற்குப் பதிலாகக் குறைத்துவிடும்.

ஒருவரை நீங்கள் பலர் முன்னிலையில் பாராட்ட வேண்டும். அவர் தனியாக இருக்கும்போது அவரை விமர்சிக்க வேண்டும். நீங்கள் ஒருவருடைய செயல்திறனை மதிப்பாய்வு செய்து அவரைப் பற்றிய எதிர்மறைக் கருத்துகளை அவரிடம் கூறுகின்றபோது, அவரும் நீங்களும் மட்டும் தனியாக இருக்க வேண்டும். அப்படிச் செய்கின்றபோது, அவர் பலருடைய முன்னிலையில் அவமானப்படாமல் நீங்கள் பார்த்துக் கொள்கிறீர்கள். அதனால், அதற்குப் பிறகு அந்த நபர் தன்னை மேம்படுத்திக் கொள்ள முயல்வதற்குத்தான்

வாய்ப்புகள் அதிகம்.

உங்களுடைய கவலையை வெளிப்படுத்துங்கள்

நீங்கள் மதிப்பாய்வு செய்து கொண்டிருக்கும் நபரின் செயல்திறன் குறித்து உங்களுக்குச் சில கருத்துகள் இருப்பதாகக் கூறி உங்களுடைய சந்திப்பைத் தொடங்குங்கள். முடிந்தவரை "நீங்கள்" என்று கூறுவதற்குப் பதிலாக, "நான்" என்பதைப் பயன்படுத்துங்கள். எடுத்துக்காட்டாக, "நான் உங்களுடைய விற்பனை குறித்துக் கவலை கொண்டுள்ளேன். அவை நான் எதிர்பார்த்திருந்த அளவில் இல்லை," என்று நீங்கள் கூறலாம்.

இப்படிக் கூறுவதன் மூலம், நீங்கள் உங்களுடைய கவனத்தை அந்த நபரின்மீது பதிக்காமல், அவருடைய செயல்திறனின்மீது பதிக்கிறீர்கள். வேறு யாரோ ஒருவரின் புள்ளிவிபரங்கள் என்பதுபோல நீங்கள் அவருடைய விற்பனைப் புள்ளிவிபரங்களை அவரிடம் தெரிவிக்கிறீர்கள். அவற்றை நீங்கள் உணர்ச்சிவசப்படாமல் வெளிப்படுத்தி, அவற்றை மேம்படுத்திக் கொள்வதற்கான வழியை நீங்கள் தேடுகிறீர்கள். இது அந்த நபரின் பயத்தைத் தணிக்கிறது. அவரும் உணர்ச்சிக்கு ஆட்படாமல் தன் விற்பனையை மேம்படுத்திக் கொள்வதற்கான வழிமுறைகளை உங்களோடு விவாதிக்கத் தூண்டப்படுகிறார்.

அந்தச் சந்திப்பின்போது, "அடுத்த முறை", "வருங்காலத்தில்" போன்ற ஆற்றல்மிக்க வார்த்தைகளை நீங்கள் பயன்படுத்துங்கள். எடுத்துக்காட்டாக, ஒருவருடைய விற்பனை விளைவுகள் நீங்கள் எதிர்பார்த்திருந்தபடி இல்லாமல் இருக்கின்றபோது, நீங்கள் அவரிடம், "அடுத்த முறை நீங்கள் இது போன்ற ஒரு சூழலை எதிர்கொள்கின்றபோது, நீங்கள் ஏன் இந்த உத்தியை (அதற்கு ஓர் எடுத்துக்காட்டை முன்வையுங்கள்) முயற்சி செய்து பார்க்கக்கூடாது?"

என்று கேட்கலாம்.

நீங்கள் உங்களுடைய உரையாடலின்போது வருங்காலத்தைப் பற்றிக் குறிப்பிடும்போது, அது குறித்து அவர்களால் ஏதாவது செய்ய முடியும் என்பதால், அது அவர்களுக்கு நம்பிக்கையைக் கொடுக்கும். நீங்கள் ஒருவருடைய கடந்தகால மோசமான செயலுக்காக அவரை விமர்சித்தால், தன் செயலைத் தற்காத்துக் கொள்ள அவர் முயல்வார், தன்னை மாட்ட வைத்துவிட்டதற்காக உங்கள்மீது கோபப்படுவார்.

பிரச்சனை குறித்துத் தெளிவுபடுத்துங்கள்

இருக்கின்ற பிரச்சனையை முதலில் அங்கீகரியுங்கள். அது மோசமான நேர நிர்வாகத்தினாலோ அல்லது விற்பனையை நிறைவு செய்கின்ற திறன் இல்லாததாலோ ஏற்பட்டிருக்கலாம். ஆனால், அதைப் பற்றிப் பேசாமல், வருங்காலத்தில் அதைச் சரி செய்வதற்கான ஒரு திட்டம் குறித்து அவருடன் பேசி அதில் ஓர் உடன்பாட்டுக்கு அவரை வரவழையுங்கள். அந்த நபர் அது குறித்து என்ன செய்யத் திட்டமிட்டுள்ளார் என்று அவரிடமே கேளுங்கள். அவர் ஏற்கனவே செய்து கொண்டிருக்கும் காரியங்களில் எதை நிறுத்தப் போகிறார், புதிதாக எதைச் செய்யத் தொடங்கப் போகிறார் என்று கேளுங்கள். அந்த உரையாடலைக் குறிப்பெடுத்துக் கொள்ளுங்கள். நீங்கள் எது குறித்து ஒப்புக் கொண்டுள்ளீர்கள் என்பது அதன் மூலம் பதிவு செய்யப்படும்.

அந்த நபருக்குக் கூடுதல் பயிற்சிகள் மற்றும் வழிகாட்டுதல்கள் அளிக்க நீங்கள் தயாராக இருப்பதை அவரிடம் தெரிவியுங்கள். பெரும்பாலான நேரங்களில், ஒரு விற்பனையாளரிடம் பற்றாக்குறையாக இருக்கின்ற ஒரே ஒரு திறனின் காரணமாக அவர் மோசமான செயல்திறனை வெளிப்படுத்திக் கொண்டிருக்கக்கூடும். பல சமயங்களில், ஓர் ஆடியோ அல்லது வீடியோ திட்டமோ அல்லது நேரில் கலந்து கொள்கின்ற ஒரு

கருத்தரங்கோ, ஒரு சராசரி விற்பனையாளரை ஒரு சிறந்த விற்பனையாளராக மாற்றக்கூடும்.

தீர்வுகள் குறித்து யோசியுங்கள்

உங்களுடைய விற்பனையாளர்கள் தங்களுடைய செயல்திறனை உயர்த்திக் கொள்வதற்கு உங்களால் எவ்வாறு உதவ முடியும் என்று சிந்தியுங்கள். ஒரு விற்பனை மேலாளர் என்ற முறையில், உங்களுக்குக் கீழே பணியாற்றுகின்ற விற்பனையாளர்களுக்குப் பயிற்சியளித்து, அவர்களுக்கு வழிகாட்டி, அவர்களுக்கு உதவுவதுதான் உங்களுடைய தலையாய பணி என்பதை நீங்கள் நினைவில் வைத்திருக்க வேண்டும்.

நீங்கள் உங்களுடைய அணுகுமுறையில் உறுதியாக இருக்கின்ற அதே நேரத்தில், நியாயமாகவும் நடந்து கொள்ளுங்கள். தங்களுடைய செயல்திறனை மேம்படுத்துவதற்குச் சில விஷயங்களைக் கூடுதலாகவோ அல்லது குறைவாகவோ செய்வதற்கு உங்களுடைய விற்பனையாளர்கள் ஒப்புக் கொள்கின்றபோது, அதை அவர்கள் உண்மையில் கடைபிடிக்கிறார்களா என்பதை ஒவ்வொரு வாரமும் நீங்கள் உறுதி செய்ய வேண்டும். நீங்கள் ஒரு கண்டிப்பான பேர்வழியாகச் செயல்பட்டாலும் கனிவாக நடந்து கொள்ளுங்கள். மற்ற அனைத்தையும்விட இதைத்தான் உங்கள் விற்பனையாளர்கள் உங்களிடமிருந்து எதிர்பார்க்கின்றனர்.

நீங்கள் உங்களுடைய விற்பனையாளர்களின் நடத்தையில் உயர்ந்த தரத்தையும் உச்சபட்சச் செயல்திறனையும் எதிர்பார்க்கிறீர்கள் என்பதை அவர்களிடம் தெளிவாகக் கூறிவிடுங்கள்.

செயல்முறைப் பயிற்சிகள்

1. உங்களுடைய விற்பனையாளர்களில் பிரச்சனைக்குரியவராக இருக்கின்ற நபரை அடையாளம் கண்டு, அவருடன் தனியாக அமர்ந்து பேசுங்கள். அவருடைய செயல்திறனைப் பற்றி அவரிடம் விவாதியுங்கள். அவர் அதை மேம்படுத்திக் கொள்ள உங்களால் என்ன செய்ய முடியும் என்பதை அவரிடம் தெரியப்படுத்துங்கள்.
2. உங்களுடைய விற்பனையாளர்கள் அனைவரும் ஒவ்வொரு நாளும், ஒவ்வொரு வாரமும் அடைய வேண்டிய செயல்திறன் தொடர்பான இலக்குகளைத் தெளிவாக அறிந்திருப்பதை உறுதி செய்து கொள்ளுங்கள். அவை எழுத்துபூர்வமாக இருக்க வேண்டும். அதோடு, அவர்கள் குறிப்பிட்டக் கால இடைவெளிகளில் உங்களிடம் தங்களுடைய இலக்குகள் தொடர்பான அறிக்கைகளைச் சமர்ப்பிப்பதற்கும் ஏற்பாடு செய்து கொள்ளுங்கள்.

அத்தியாயம் பதினேழு

மோசமாகச் செயல்படுபவர்களைப் பதவியிலிருந்து நீக்குங்கள்

'குட் டு கிரேட்' என்ற தன்னுடைய புத்தகத்தில், ஜிம் காலின்ஸ், மாபெரும் நிறுவனங்களைக் கட்டியெழுப்புவதற்கான ஏழு முக்கிய அம்சங்களில் ஒன்றைப் பற்றி இவ்வாறு குறிப்பிடுகிறார்: "பேருந்தில் சரியான நபர்களை ஏற்றிக் கொள்ளுங்கள். மோசமான நபர்களை அதிலிருந்து இறக்கி விட்டுவிடுங்கள். அதன் பிறகு, சரியான நபர்களைச் சரியான இருக்கைகளில் உட்கார வையுங்கள்."

ஒரு விற்பனை மேலாளரின் தொழில் வாழ்க்கையில் அவருக்கு அதிகமான மனஅழுத்தத்தைக் கொடுக்கின்ற ஒரு விஷயம் தன் கீழ் இருப்பவர்களில் மோசமாகச் செயல்பட்டுக் கொண்டிருப்பவர்களை வேலையைவிட்டு நீக்குவதுதான். அதற்கு அடுத்த நிலையில் அவருக்கு

அதிக மனஅழுத்தம் கொடுக்கின்ற ஒரு காரியம் தன்னைத் தானே பதவி நீக்கம் செய்வதுதான்.

நான் ஆலோசனை வழங்குகின்ற நிறுவனங்களிடம் நான் இவ்வாறு கூறுவதுண்டு: "முதல் விஷயத்தில் நீங்கள் சில அனுபவங்களைப் பெறவில்லை என்றால், இரண்டாவது விஷயத்தை நீங்கள் சுவைக்க நேரிட்டுவிடும்." உங்களுக்குக் கீழே பணியாற்றிக் கொண்டிருக்கின்ற மோசமான நபர்களை உங்களால் பணிநீக்கம் செய்ய முடியாவிட்டால், அப்படிச் செய்யக்கூடிய நபர்களால் நீங்கள் இட்டு நிரப்பப்படுவீர்கள். பீட்டர் டிரக்கர் இவ்வாறு கூறியுள்ளார்: "தகுதியற்ற ஒரு நபரைத் தனக்குக் கீழே வைத்திருக்கின்ற ஒரு மேலாளரைத் தகுதியற்றவர் என்றுதான் கூற வேண்டும். அவர் அப்பதவியில் தொடர்வதற்கு தகுதியானவர் அல்லர்."

பொதுவாக, விற்பனை உலகில் புதிதாக உள்ளே நுழைகின்ற விற்பனையாளர்களில் மூன்றில் ஒரு பகுதியினர் சாம்பியன்களாக ஆகாவிட்டாலும்கூட ஓரளவு வெற்றியை ஈட்டுவர். மூன்றில் ஒரு பகுதியினர் சராசரியாகச் செயல்பட்டுக் கொண்டிருப்பர். மூன்றில் ஒரு பகுதியினர் தேறவே மாட்டார்கள். அதனால்தான், ஒவ்வோர் ஆண்டும் 30 சதவீத விற்பனையாளர்கள் மாற்றப்பட்டுக் கொண்டே இருக்கிறார்கள். இந்த மாற்றம் தவிர்க்கப்பட முடியாதது.

வேலை நீக்கச் செயல்முறை

தொழிலுலகில், "எல்லோரும் எல்லாவற்றையும் அறிவர்," என்ற ஒரு கூற்று இருக்கிறது. அதாவது, உங்களுடைய அலுவலகத்திலுள்ள ஒவ்வொருவரும் ஒப்பீட்டுரீதியில் மற்ற அனைவருடைய திறமைகளையும் தகுதிகளையும் அறிந்திருக்கின்றனர் என்று அர்த்தம். ஒரு விற்பனைக் குழுவின் ஊக்கத்தைக் குறைப்பதற்கான ஓர் உறுதியான வழி, மோசமாகச்

செயல்பட்டுக் கொண்டிருக்கின்ற ஒரு நபரைக் குழுவில் வைத்திருத்தலாகும். மோசமான செயல்பாடு ஒவ்வொரு மாதமும் சம்பளம் கொடுத்துக் கௌரவிக்கப்படும், சிறப்பான செயல்பாடு எப்போதாவது முதுகில் ஒரு தட்டு தட்டப்பட்டு ஊக்குவிக்கப்படும் என்ற செய்தியைத்தான் அது எல்லோருக்கும் கடத்துகிறது.

உங்களுடைய ஊழியர்களில் ஒருவரால் தன்னுடைய வேலையை ஒழுங்காகச் செய்ய முடியவில்லை என்றால், அதற்கான காரணம் எதுவாக இருந்தாலும், அதைக் கையாள நீங்கள் தயாராக இருக்க வேண்டும். அதில் தலையிட்டு, உங்களுடைய விற்பனைக் குழு உச்சபட்சச் செயல்திறனுடன் இயங்குவதை உறுதி செய்வதற்குத் தேவையான நடவடிக்கைகளை எடுக்க நீங்கள் தயக்கம் காட்டக்கூடாது.

உங்களுடைய குழுவிலுள்ள ஒருவரை நீக்குவது என்று நீங்கள் முடிவு செய்துவிட்டால், அதை எப்போது செய்யப் போகிறீர்கள் என்பதையும் நீங்கள் துல்லியமாகத் தீர்மானித்துவிட வேண்டும். ஒருவரைப் பதவி நீக்கம் செய்வதற்கான சரியான நேரம் வாரத்தின் தொடக்க நாட்களாகும். அப்படி நீங்கள் செய்தால், அவர்களால் உடனடியாக வேறு வேலை தேடிக் கொள்ள முடியும். நீங்கள் ஒருவரை வெள்ளிக்கிழமை வேலை நீக்கம் செய்தால், அவரால் அடுத்த இரண்டு நாட்களும் வேறு வேலைக்கு முயற்சி செய்ய முடியாது. வீட்டில் தனியாக மனச்சோர்வுடனும் கோபத்துடனும் அவர் உழன்று கொண்டிருப்பார். அது தேவையற்றது, இரக்கமற்றதும்கூட.

ஒருவரை நீங்கள் பதவி நீக்கம் செய்ய முடிவு செய்தால், அதை ஒருபோதும் கோபத்தில் செய்யாதீர்கள். உங்களுக்கு அந்தத் தனிப்பட்ட நபர்மீது எந்தவிதமான கோபமும் இல்லை. இதில் எதிர்மறை உணர்வு எதுவும் இல்லை. அந்த வேலை அந்த நபருக்குச் சரிப்பட்டு வரவில்லை, அவ்வளவுதான். இது துரதிர்ஷ்டவசமானது என்றாலும், வாழ்க்கையில்

இது போன்ற நிகழ்வுகள் தவிர்க்கப்பட முடியாதவை. அதனால், நீங்கள் ஒருவரைப் பதவி நீக்கம் செய்கின்றபோது, அதை அமைதியாகவும் கோபமற்றும் நிதானமாகவும் செய்யுங்கள்.

நீங்கள் வீட்டுக்கு அனுப்புகின்ற நபரின் சுயமதிப்பு முடிந்தவரை காயப்படாமல் இருப்பதை உறுதி செய்து கொள்ளுங்கள். அவரை வேலையைவிட்டு நீக்குகின்றபோது, நீங்கள் அவருடைய கடந்தகாலத்தைப் பற்றிப் பேசக்கூடாது, அவரை விமர்சிக்கக்கூடாது, அவர்மீது குற்றம் சுமத்தக்கூடாது என்று இதற்கு அர்த்தம். அவற்றுக்கான காலம் எப்போதோ கடந்துவிட்டது. இந்நிறுவனத்தில் அவருடைய வேலைக்காலம் முடிந்துவிட்டது. அந்த நபர் கடந்தகாலத்தில் செய்தவை அல்லது செய்யாமல் விட்டவை இப்போது பொருத்தமற்றவை. அவற்றை இப்போது விவாதத்திற்குள் கொண்டுவராதீர்கள்.

ஊழியர்களை வேலையிலிருந்து நீக்குகின்றபோது அவர்களிடம் எப்போதும் மென்மையாகவும், இங்கிதமாகவும், ஆரவாரமற்ற முறையிலும், தொழில்முறைரீதியிலும் செயல்பட வேண்டும் என்று ஜாக் வெல்ச் கூறுவார். உலகம் நாளைக்கு எப்படி மாறும் என்பது உங்களுக்குத் தெரியாது என்று அவர் வாதிடுவார். வருங்காலத்தில் நீங்கள் அதே நபரின் கீழ் பணியாற்ற வேண்டிய நிலைமைகூட உங்களுக்கு ஏற்படலாம், யார் கண்டது? தேவையில்லாமல் எதிரிகளை உருவாக்கிக் கொள்ளாதீர்கள்.

கீறல் விழுந்த ஓர் இசைத்தட்டு

ஒருவரை வேலையைவிட்டு நீக்குவதற்கான ஓர் எளிய உத்தி இது. இதில் நீங்கள் ஒரு கீறல் விழுந்த இசைத்தட்டைப்போல, ஒரே வாக்கியத்தை, அதைக் கேட்டுக் கொண்டிருப்பவர் ஏற்றுக் கொள்ளும்வரை மீண்டும் மீண்டும் கூறிக் கொண்டிருப்பீர்கள்.

நான் இந்த உத்தியை இலட்சக்கணக்கான மேலாளர்களுக்குக் கற்றுக் கொடுத்துள்ளேன். அவர்களில் ஆயிரக்கணக்கானவர்கள், இந்த உத்தி ஆற்றல்மிக்கதாகவும் செயல்திறனுடன் இருந்ததாகவும் என்னிடம் கூறியிருக்கின்றனர்.

நீங்கள் யாரை வேலையைவிட்டு நீக்க வேண்டும் என்று நினைக்கிறீர்களோ, அவர்களுடன் உட்கார்ந்து அவர்களிடம் இவ்வாறு கூற வேண்டும்: "பில், நான் இது குறித்துத் தீவிரமாக யோசித்துவிட்டேன். இந்த வேலை உங்களுக்கு ஏற்றது அல்ல. இந்த வேலைக்கு நீங்கள் பொருத்தமானவர் அல்லர் என்ற முடிவுக்கு நான் வந்துள்ளேன். நீங்கள் வேறு ஏதாவது வேலை செய்தால், நீங்கள் அதிக மகிழ்ச்சியாக இருப்பீர்கள் என்று நான் நினைக்கிறேன்."

இதில் இடம்பெற்றுள்ள வாக்கியங்களை அவதானியுங்கள். நீங்கள் அவரிடம், "நான் இது குறித்துத் தீவிரமாக யோசித்துவிட்டேன்," என்று கூறுகின்றபோது, இந்த முடிவை நீங்கள் கோபத்திலோ அல்லது விரக்தியிலோ எடுத்திருக்கவில்லை என்பதை நீங்கள் அவரிடம் தெளிவுபடுத்துகிறீர்கள்.

இரண்டாவதாக, "இந்த வேலை உங்களுக்கு ஏற்றது அல்ல. இந்த வேலைக்கு நீங்கள் பொருத்தமானவர் அல்லர் என்ற முடிவுக்கு நான் வந்துள்ளேன்," என்ற உங்களுடைய கூற்றில் இடம்பெற்றிருக்கின்ற இரண்டு விஷயங்களுமே உண்மை. இந்த வேலை தனக்குப் பொருத்தமான வேலை அல்ல என்பதை அந்த நபரே இதற்குள் தெரிந்து கொண்டிருப்பார். ஏனெனில், அவரால் தன் வேலையைத் திருப்திகரமாகச் செய்ய முடியவில்லை என்பது வெளிப்படை.

அமைதியாகவும் உறுதியாகவும் இருங்கள்

நான் ஆலோசனை வழங்கியிருந்த விற்பனை மேலாளர்களில் பலர், இந்த வாக்கியங்களை, தாங்கள்

வேலையைவிட்டுத் தூக்க முடிவு செய்திருந்த நபர்களிடம், அவர்களைப் பணிநீக்கம் செய்வதற்கான தீர்மானம் ஏற்கனவே எடுக்கப்பட்டுவிட்டது என்பதையும், அது மாற்றப்பட முடியாதது என்பதையும் அவர்கள் உணர்ந்து கொள்கின்றவரை பத்து அல்லது இருபது முறைகூட மீண்டும் மீண்டும் கூற வேண்டியிருந்ததாக என்னிடம் தெரிவித்துள்ளனர். அக்கட்டத்தில், அந்த விற்பனையாளர், இங்குத் தன்னுடைய வேலை முடிவுக்கு வந்துவிட்டது என்பதை ஏற்றுக் கொண்டு, தன்னுடைய விற்பனை மேலாளருக்கு நன்றி கூறிவிட்டு அங்கிருந்து கிளம்பிவிடுவார்.

தாங்கள் வேலையைவிட்டு நீக்கப்பட்டுவிட்டோம் என்பதை மக்கள் ஏற்றுக் கொள்கின்ற இக்கட்டத்தில், நீங்கள் ஏற்கனவே முடிவு செய்து வைத்துள்ள வேலை நீக்க விதிமுறைகளை அவரிடம் தெரிவியுங்கள். ஒருவரை நீங்களாகவே வேலை நீக்கம் செய்கின்றபோது, அவர் உங்களுடைய நிறுவனத்தில் எத்தனை ஆண்டுகள் வேலை பார்த்திருந்தார் என்று கணக்குப் பார்த்து, ஓராண்டுக்கு ஒரு வாரச் சம்பளம் என்ற கணக்கில் அவருக்கு இழப்பீடு வழங்குகின்ற வழக்கம் நடைமுறையில் இருக்கிறது. இதை மனத்தில் வைத்துக் கொண்டு, உங்களுடைய நிறுவனத்தின் விதிமுறைகளின்படியும் அந்த நபர் குறித்து நீங்கள் எவ்வாறு உணர்கிறீர்கள் என்பதைப் பொறுத்தும், நீங்கள் அந்த நபருக்குச் சிறிது கூட்டியோ அல்லது குறைத்தோ கொடுக்கலாம்.

வேலை நீக்கம் செய்யப்பட்டுள்ள நபர் அதை ஏற்றுக் கொண்டு உங்களுடைய நிறுவனத்திலிருந்து வெளியேறத் தயாராகின்றபோது, அவர் ஒரு கௌரவமான முறையில் உங்களுடைய நிறுவனத்திலிருந்து விடைபெற்றுக் கொள்வதற்கு அவருக்கு ஒரு வாய்ப்பளியுங்கள். அந்த நபர் 'தன்னுடைய சொந்தக் காரணங்களுக்காகத் தன்னுடைய வேலையை இராஜினாமா செய்வதாகவும்', அதை நீங்கள் ஏற்றுக் கொள்வதாகவும் ஒரு கதையை

உருவாக்குங்கள். உண்மை உங்கள் இருவரையும் தாண்டி வேறு எவருக்கும் தெரியாமல் பார்த்துக் கொள்ளுங்கள்.

அதற்குப் பிறகு அந்த விஷயம் குறித்து நீங்கள் வாயே திறக்காமல் இருப்பதற்கு உங்களுக்கு நீங்களே சுயகட்டுப்பாடு விதித்துக் கொள்ள வேண்டும். அந்த நபர் ஏன் உங்களுடைய நிறுவனத்தைவிட்டுச் சென்றுவிட்டார் என்று யாராவது எப்போதாவது உங்களிடம் கேட்டால், அந்த நபரின் கண்களை நேருக்கு நேர் பார்த்து, "அவர் தன் சொந்தக் காரணங்களுக்காக வேலையை இராஜினாமா செய்துவிட்டார்," என்று நீங்கள் கூற வேண்டும். நீங்கள் வேலையைவிட்டு நீக்கியுள்ள ஒரு நபரைப் பற்றித் தரக்குறைவாகவோ அல்லது எதிர்மறையாகவோ ஒருபோதும் பேசாதீர்கள். இது ஒருவேளை உங்களுக்கே ஆபத்தாக முடியலாம். குறிப்பாக, சட்டரீதியான சிக்கல்களில் நீங்கள் மாட்டிக் கொள்ளக்கூடும்.

இறுதி நடவடிக்கையை மேற்கொள்ளுங்கள்

நீங்கள் ஒரு நபரை வேலையைவிட்டுத் தூக்கினால், அவரை உங்களுடைய அலுவலகத்தைவிட்டு உடனடியாக வெளியேற்றிவிடுங்கள். அவர் தன்னுடைய அலுவலக அறை அல்லது மேசையைக் காலி செய்துவிட்டுத் தன்னுடைய சொந்தப் பொருட்களை எடுத்துக் கொண்டு வெளியேற அனுமதியுங்கள். அப்போது அவருடன் உங்களுடைய நிறுவனத்தைச் சேர்ந்த ஒருவர் இருக்கும்படி பார்த்துக் கொள்ளுங்கள். அவருடைய கணினியின் கடவுச் சொல், அவர் பயன்படுத்திய சாவிகள் போன்றவற்றை உடனடியாக மாற்றிவிடுங்கள். அவருடைய பெயரில் நிறுவனக் கடனட்டைகள் இருந்தால், அவற்றை உடனடியாக இரத்து செய்துவிடுங்கள். நீங்கள் அவரை வேலையைவிட்டு நீக்கிய பிறகு ஒரு நிமிடம்கூட அவரை அலுவலகத்தில் தனியாக இருக்க அனுமதிக்காதீர்கள்.

அவர் யாரையும் அலுவலகத் தொலைபேசியில் அழைக்க அனுமதிக்காதீர்கள். அவருடன் அதற்கு மேல் எந்த உரையாடலையும் வைத்துக் கொள்ளாதீர்கள். அவரை மரியாதையுடன் வாசலுக்கு அழைத்துச் சென்று, அவருக்கு வருங்காலத்தில் நல்லது நடப்பதற்கு வாழ்த்துக் கூறி அவரை அங்கிருந்து அனுப்பி வையுங்கள்.

அந்த முறிவு சுமூகமாக நடைபெறவில்லை என்றாலோ அல்லது அந்த நபரை நீங்கள் நம்பவில்லை என்றாலோ, அவருடைய கணினியின் கடவுச் சொல்லை உடனடியாக மாற்றிவிடுங்கள், அவர் பயன்படுத்தியிருந்த அறைகள் மற்றும் மேசைகளுக்கான சாவிகளை அன்றைய தினமே மாற்றிவிடுங்கள்.

உங்களுடைய தனிப்பட்டப் பொறுப்பு

ஒரு விற்பனை மேலாளர் என்ற முறையில், உங்களுடைய குழுவிற்கு ஆள் எடுப்பது எப்படி உங்கள் பொறுப்போ, அதைப்போலவே, உங்களுடைய குழுவிலுள்ள ஒருவரை வேலையிலிருந்து நீக்குவதும் உங்கள் பொறுப்புத்தான். உங்கள் குழுவிலுள்ள ஒருவரை வேலையைவிட்டு நீக்குவது ஒருபோதும் எளிதாக இருக்காது. அது வலிமிக்கதாகவும் உணர்ச்சிபூர்வமானதாகவும் இருக்கும் என்பதில் சந்தேகமில்லை. ஆனால், இதை நீங்கள் உங்களுடைய நிறுவனத்திற்காகவும், உங்களுடைய குழுவிலுள்ள பிற விற்பனையாளர்களுக்காகவும், ஏன், உங்களுக்காகவும்கூடச் செய்தாக வேண்டும்.

செயல்முறைப் பயிற்சிகள்

1. பூஜ்ஜிய அடிப்படைச் சிந்தனையில் அமைந்துள்ள இக்கேள்வியை நீங்கள்

உங்களிடம் கேளுங்கள்: "இப்போது உங்களிடம் வேலை பார்த்துக் கொண்டிருக்கும் நபர்களைப் பற்றி இப்போது உங்களுக்குத் தெரியும் என்பதால், மீண்டும் அவர்களை வேலைக்கு எடுப்பதாக இருந்தால், அவர்களில் யாரை நீங்கள் மீண்டும் வேலைக்கு எடுத்துக் கொள்ள மாட்டீர்கள்?"

2. ஒருவரை வேலையிலிருந்து நீக்குவதற்கான சரியான நேரம், அந்த யோசனை உங்களுக்கு எப்போது முதன்முதலாக வருகிறதோ அந்த வேளைதான். உங்கள் குழுவிலுள்ள நபர்களை மீண்டும் வேலைக்குச் சேர்த்துக் கொள்வதாக இருந்தால், அவர்களில் யாரை நீங்கள் மறுபடியும் வேலைக்கு எடுத்துக் கொள்ள மாட்டீர்களோ, அந்த நபரை உடனடியாக வேலையிலிருந்து நீக்கிவிடுங்கள். அதற்கு இந்த அத்தியாயத்தில் குறிப்பிடப்பட்டுள்ள நடைமுறைகளைப் பின்பற்றுங்கள். அது உங்களுக்கு மகிழ்ச்சியையும் ஆசுவாசத்தையும் கொடுக்கும் என்பது உறுதி.

அத்தியாயம் பதினெட்டு

சிறந்த முன்மாதிரியாகத் திகழ்ந்து வழிநடத்துங்கள்

ஒரு விற்பனை மேலாளர் என்ற முறையில் நீங்கள் தினமும் ஈடுபடுகின்ற நடவடிக்கைகளில் மிக முக்கியமானது ஒரு முன்மாதிரியாகத் திகழ்வதுதான். ஒரு முன்மாதிரி என்ற முறையில் நீங்கள் உங்களுடைய குழுவிற்கான ஒரு சிறந்த எடுத்துக்காட்டாகத் திகழ வேண்டும். உங்களுக்கு நீங்கள் மிக உயர்ந்த தரத்தை நிர்ணயித்துக் கொண்டு அதன்படி நடந்து கொள்ளவும் வேண்டும்.

நீங்கள் ஒரு விற்பனை மேலாளராக ஆவதற்கு முன்பு நீங்களும் ஒரு விற்பனைக் குழுவின் உறுப்பினராகத்தான் இருந்திருப்பீர்கள், இல்லையா? ஒரு விற்பனையாளர் என்ற முறையில் நீங்கள் உங்களுடைய சக விற்பனையாளர்களுடன்

நெருங்கிப் பழகியிருந்திருப்பீர்கள், சமூகரீதியாக உறவாடியிருந்திருப்பீர்கள். அப்போது நீங்கள் உங்களை ஒரு விற்பனையாளராக உங்களுடைய மனத்தில் பார்த்திருப்பீர்கள், அப்படி நினைத்திருப்பீர்கள். பிற விற்பனையாளர்களோடு உங்களையும் ஒரு விற்பனையாளராக அடையாளப்படுத்திக் கொண்டிருந்திருப்பீர்கள்.

ஆனால், நீங்கள் ஒரு விற்பனை மேலாளராக ஆன பிறகு நீங்கள் நிர்வாகத்தின் ஒரு பகுதியாக ஆகிவிடுகிறீர்கள். அதனால், அதற்குப் பிறகு நீங்கள் உங்களுடைய குழுவிலுள்ள விற்பனையாளர்களுக்கு விசுவாசமாக இருக்கத் தேவையில்லை. உங்களை இப்பதவியில் நியமித்த மேலதிகாரிகளுக்குத்தான் நீங்கள் விசுவாசமாக இருக்க வேண்டும்.

உங்கள் உலகம் மாறிவிட்டது

நீங்கள் ஒரு விற்பனை மேலாளராக ஆனவுடன், இரவோடு இரவாக உங்களுடைய உலகம் தலைகீழாக மாறிவிட்டது. இப்போது அனைவரும் உங்களை உன்னிப்பாக உற்று நோக்கிக் கொண்டிருக்கின்றனர். நீங்கள் சொல்கின்ற ஒவ்வொரு வார்த்தையும் உங்களுடைய ஒவ்வோர் அசைவும் பிறரால் கவனமாக அவதானிக்கப்பட்டுக் கொண்டிருக்கின்றன. உங்களுடைய பார்வையில் தொடங்கி உங்களுடைய நெற்றிச் சுருக்கங்கள்வரை அனைத்தும் பிறரால் கண்காணிக்கப்பட்டு, உங்களுடைய விற்பனைக் குழுவிலுள்ள அனைவருக்கும் உடனடியாகக் கடத்தப்பட்டுவிடுகிறது. அலுவலகத்திற்குள் நீங்கள் நுழைந்த நிமிடத்திலிருந்து மாலையில் அங்கிருந்து வெளியேறுகின்றவரை உங்களுடைய நடவடிக்கைகளாலும் நடத்தையாலும் உங்களுடைய விற்பனைப் படையின் விசுவாசத்தையும் ஊக்குவிப்பையும் அதிகரிக்கவும் முடியும், குறைக்கவும்

முடியும். இப்போது நீங்கள் உங்களுடைய விற்பனையாளர்களின் சம்பளத்தையும் அவர்களுடைய தலைவிதிகளையும் நிர்ணயிக்கின்ற இடத்தில் இருக்கிறீர்கள்.

நீங்கள் மேம்பட்டால்தான் உங்களுடைய விற்பனையாளர்களால் மேம்பட முடியும் என்பதை நீங்கள் புரிந்து கொள்ள வேண்டும்.

உங்களுடைய விற்பனையாளர்கள் சுயகட்டுப்பாட்டுடன் நடந்து கொள்ள வேண்டும், நேரந்தவறாமையைக் கடைபிடிக்க வேண்டும், ஒழுங்குமுறையுடன் அனைத்தையும் செய்ய வேண்டும் என்று நீங்கள் எதிர்பார்த்தால், முதலில் இவற்றை நீங்கள் கடைபிடித்தாக வேண்டும்.

காலத்தை வென்று நிற்கும் கேள்விகள்

ஒரு விற்பனை மேலாளர் என்ற முறையில் உங்களை ஒரு சிறந்த முன்மாதிரியாக உருவாக்கிக் கொள்வதற்கு நீங்கள் இந்த ஆற்றல்மிக்கக் கேள்விகளைக் கேட்க வேண்டும்:

1. இந்த நாட்டிலுள்ள அனைவரும் என்னைப்போல இருந்திருந்தால் இந்த நாடு எப்படி இருக்கும்?

இந்தக் கேள்வி அரசியல் விவாதங்கள் மற்றும் கொள்கை முடிவுகளின் பின்புலத்தில் கேட்கப்பட்டு அதற்கு பதிலும் அளிக்கப்பட்டிருந்தால், நாட்டில் இப்போது மேற்கொள்ளப்பட்டு வரும் அரசியல் தீர்மானங்களிலிருந்து கிடைத்துக் கொண்டிருக்கும் விளைவுகளிலிருந்து அது முற்றிலும் வேறுபட்ட ஒன்றாக இருந்திருக்கும்.

2. என் குடும்பத்திலுள்ள அனைவரும் என்னைப்போல இருந்திருந்தால் என் குடும்பம் எப்படிப்பட்டதாக இருக்கும்?

இக்கேள்வியைக் கேட்டு அதற்குக் கிடைக்கின்ற பதிலின் அடிப்படையில் நீங்கள் செயல்நடவடிக்கையில் இறங்கினால், பல அம்சங்களில் அது உங்களுடைய குடும்பத்தின்மீது பெரும் தாக்கம் ஏற்படுத்தியிருக்கும்.

3. என் நிறுவனத்திலுள்ள அனைவரும் என்னைப்போல இருந்திருந்தால் என் நிறுவனம் எப்படிப்பட்டதாக இருக்கும்?

நீங்கள் இந்தக் கேள்வியைக் கேட்டு, இதற்கு ஒரு நேர்மையான பதிலை அளித்தால், மேம்பாடு அடைவதற்கு எப்போதுமே இடமிருக்கும் என்பதை நீங்கள் புரிந்து கொள்வீர்கள். பல நேரங்களில் ஒரே ஒரு முக்கியமான நடத்தையை மாற்றிக் கொள்வதன் மூலம், உங்களுடைய விற்பனைக் குழுவின் செயல்திறனில் பெரும் மாற்றத்தை ஏற்படுத்த முடியும்.

மாற்றப்பட வேண்டிய ஒரே ஒரு குணாம்சத்தை அடையாளம் காணுங்கள்

என் நண்பர் ஒருவர் அமெரிக்காவிலுள்ள தலைசிறந்த நிறுவனங்களின் நிர்வாகிகளுக்கு ஆலோசனை வழங்குகின்ற வேலையைச் செய்து வருகிறார். ஒரு நிறுவனத்தின் நிர்வாக அதிகாரியாக இருக்கின்ற ஒருவர் திறமைசாலியாக இருந்தாலும், ஓரிரு ஆளுமைப் பிரச்சனைகளைக் கொண்டிருக்கின்றபோது, அவருக்கு ஆலோசனை வழங்குமாறு, அவருடைய முதன்மை நிர்வாக அதிகாரியோ அல்லது அந்த

நிறுவனத்தின் நிர்வாகக் குழுவினரோ என் நண்பருக்கு அழைப்பு விடுப்பர்.

என் நண்பர், பிரச்சனைக்குரிய அந்த நிர்வாகியை அணுகி, அவருக்குக் கீழே இருக்கின்ற நபர்கள் அவர்களுடைய முழுச் செயல்திறனுடன் இயங்குவதற்குத் தடையாக இருக்கின்ற அவருடைய ஒன்றிரண்டு ஆளுமைப் பிரச்சனைகளை அடையாளம் காண உதவுவார். அந்த நிர்வாகியின் ஆளுமைப் பிரச்சனைகளுக்குப் பொதுவாக ஓராண்டுக்குள் என் நண்பர் ஒரு முழுமையான தீர்வு கண்டுவிடுவார்.

இது உங்களுக்கும் பொருந்தக்கூடும். உங்களுடைய அடிப்படை ஆளுமையை மாற்றுவது என்பது கிட்டத்தட்ட இயலாத காரியம். ஆனால், உங்களுடைய ஆளுமையின் ஒரே ஒரு குணாம்சத்தை மாற்றுவதன் மூலம் அல்லது நீக்குவதன் மூலம், உங்களால் உங்களுடைய செயல்திறனை வெகுவாக மேம்படுத்திக் கொள்ள முடியும்.

உங்களை ஒரு சிறந்த முன்மாதிரியாக மாற்றுவதற்கு உதவக்கூடிய கேள்விகளுக்கான பதிலை உங்களால் கண்டுபிடிக்க முடியவில்லை என்றால், நீங்கள் தினமும் உறவாடிக் கொண்டிருக்கின்ற நபர்களிடமிருந்து பின்னூட்டக்கருத்துகளைப் பெறுவதற்கான துணிச்சலை வளர்த்தெடுத்துக் கொள்ள வேண்டும்.

பின்னூட்டக்கருத்துகளைக் கேட்டுப் பெறுங்கள்

ஒரு மேலாளர் என்ற முறையில் நீங்கள் எதைக் கூடுதலாகச் செய்தாலோ அல்லது குறைவாகச் செய்தாலோ கூடுதல் செயல்திறனுடன் இயங்க முடியும் என்று நீங்கள் உங்களுடைய அலுவலகத்தில் உறவாடுகின்ற நபர்களிடம் கேளுங்கள். அதேபோல, ஒரு மேம்பட்டக் குடும்ப உறுப்பினராக இருப்பதற்கு நீங்கள் எவற்றைக் கூடுதலாகச் செய்ய வேண்டும், எவற்றைக் குறைவாகச் செய்ய வேண்டும் என்று

உங்களுடைய குடும்ப உறுப்பினர்களிடம் கேளுங்கள். அப்படி நீங்கள் கேட்கின்றபோது உங்களுக்குக் கிடைக்கின்ற பதில்களைக் கண்டு நீங்கள் மிகவும் வியந்து போவீர்கள். அந்த பதில்களின் அடிப்படையில் நீங்கள் எடுக்கக்கூடிய நடவடிக்கைகள் உங்களுடைய எதிர்காலத்தின்மீது பெரும் தாக்கம் ஏற்படுத்தும்.

இப்போது நாம் உங்களுடைய விற்பனைக் குழுவிடம் வருவோம். உங்களுடைய குழுவிலுள்ள ஒவ்வொருவரும் உங்களைப்போல வேலை செய்து, உங்களைப்போலவே நேர நிர்வாகத்தில் ஈடுபட்டு வந்தால், உங்களுடைய விற்பனைக் குழு எப்படியிருக்கும்? ஒரு நாளை நீங்கள் எப்படித் திட்டமிட்டுச் செலவழிப்பீர்களோ அதேபோல உங்களுடைய குழுவிலுள்ள அனைவரும் செலவழித்தால் அவர்களுடைய செயல்திறன் எப்படி இருக்கும்? ஒரு நாளில் நீங்கள் எப்படிப் பிறருடன் உறவாடுவீர்களோ அதேபோல உங்களுடைய குழுவிலுள்ள அனைவரும் உறவாடினால் அவர்களுடைய செயல்திறன் எந்த அளவுக்கு மேம்படும்? அவர்களுடைய கற்றல் பழக்கம், தனிநபர் வளர்ச்சி, நேரந்தவறாமை, பிறர்மீதான கரிசனம் போன்றவை அப்படியே உங்களுடையதைப்போல இருந்தால் எப்படியிருக்கும்?

மாற்றிக் கொள்வதற்கு ஒரே ஒரு நடத்தையை மட்டும் எடுத்துக் கொள்ளுங்கள்

நீங்கள் உங்களை நேர்மையாக அலசினால், உங்களிடம் பல அம்சங்கள் மேம்படுத்தப்பட வேண்டிய நிலையில் இருப்பதை நீங்கள் உணர்வீர்கள். ஆனால், ஒரே நேரத்தில் அனைத்தையும் மாற்ற முயற்சிக்காதீர்கள். மாறாக, ஒரே ஒரு புதிய பழக்கத்தை எடுத்துக் கொண்டு அதை நடைமுறைப்படுத்த முயலுங்கள். அல்லது ஒரே ஒரு நடத்தையை எடுத்துக் கொண்டு அதை மேம்படுத்துகின்ற முயற்சியில் ஈடுபடுங்கள்.

ஓர் ஆய்வின்படி, நிர்வாக அதிகாரிகளிடம்

இருக்கின்ற ஓர் எதிர்மறை நடத்தை, பிறர் பேசுகின்றபோது அவர்கள் அடிக்கடிக் குறுக்கிட்டுக் கொண்டே இருப்பர் என்பதாகும். ஓர் அலுவலகக் கூட்டம் நடக்கின்றபோது, ஒரு நிர்வாக அதிகாரி கேள்விகள் எழுப்புவார். யாரோ ஒருவர் அதற்கு விளக்கமளித்துக் கொண்டிருக்கும்போது, அந்த அதிகாரி இடையில் குறுக்கிட்டு, தன் யோசனைகளையும் கருத்துகளையும் தெரிவிப்பார். இதை அவர் தொடர்ந்து செய்து கொண்டே இருப்பார். அதன் விளைவாக, அந்தக் கூட்டத்தில் குறைவான நபர்களே தங்களுடைய முழுமையான கருத்துகளை எடுத்துரைத்திருப்பர். கிட்டத்தட்ட முழு நேரமும் பேசிக் கொண்டிருக்கின்ற அந்த நிர்வாக அதிகாரி, இறுதியில், யாரிடமாவது கூடுதல் கேள்விகள் இருக்கின்றனவா என்று ஒப்புக்குக் கேட்டுவிட்டு அந்தக் கூட்டத்தை நிறைவு செய்துவிடுவார்.

ஒரு விற்பனை மேலாளர் என்ற முறையில், பொருத்தமான கேள்விகளைக் கேட்டுவிட்டு அவற்றுக்கு உங்களுடைய விற்பனையாளர்கள் கூறுகின்ற பதில்களையும் விளக்கங்களையும் காது கொடுத்துக் கேட்கின்ற பழக்கத்தை வளர்த்துக் கொள்வதன் மூலம் உங்களால் உங்களுடைய செயல்திறனையும் உங்களுடைய குழுவின் கூட்டுச் செயல்திறனையும் வெகுவாக மேம்படுத்த முடியும்.

ஒரு நேரத்தில் ஒரே ஒரு பழக்கத்தை உருவாக்கிக் கொள்ள முயலுங்கள். அது உங்களிடம் படிவதற்குப் பல மாதங்கள் ஆனால்கூடப் பரவாயில்லை. உங்களை ஒரு சிறந்த முன்மாதிரியாக ஆக்குவதற்கு உதவுகின்ற சிறந்த நிர்வாகப் பழக்கங்களை, ஓராண்டுக்கு ஒன்று அல்லது இரண்டு என்ற ரீதியில் நீங்கள் உருவாக்கிக் கொண்டாலே, அவற்றின் கூட்டு விளைவு உங்களுடைய தொழில்வாழ்க்கையில் மிகச் சிறந்த மாற்றங்களை ஏற்படுத்தும்.

நீங்கள் ஒரு விற்பனை மேலாளராக ஆன பிறகு

நீங்கள் செய்கின்ற அல்லது செய்யத் தவறுகின்ற விஷயங்களும், நீங்கள் சொல்கின்ற அல்லது சொல்லத் தவறுகின்ற வார்த்தைகளும் உங்களுடைய குழுவினரிடம் அளப்பரிய தாக்கம் ஏற்படுத்தும். தங்களுடைய சொல்லும் செயலும் தங்களுடைய குழுவின்மீது ஏற்படுத்தக்கூடிய தாக்கத்தை உணர்ந்திருப்பதுதான் ஒரு தலைசிறந்த மேலாளரின் இலட்சணமாகும்.

செயல்முறைப் பயிற்சிகள்

1. உங்களுடைய அலுவலகத்தில் நீங்கள் நம்பிக்கை வைத்துள்ள ஒருவரிடம், "என்னை இன்னும் சிறப்பானதொரு விற்பனை மேலாளராக ஆக்குவதற்கு நான் கூடுதலாகச் செய்யக்கூடிய அல்லது குறைவாகச் செய்யக்கூடிய விஷயம் ஏதாவது இருக்கிறதா?" என்று கேளுங்கள்.
2. நீங்கள் மாற்ற விரும்புகின்ற ஒரு நடத்தையை அல்லது உருவாக்கிக் கொள்ள விரும்புகின்ற ஒரு பழக்கத்தை அடையாளம் கண்டு, அதில் வெற்றி பெறுகின்றவரை அதைத் தொடர்ந்து கடைபிடித்து வாருங்கள்.

அத்தியாயம் பத்தொன்பது

செயல்திறனின் கட்டுப்பாட்டு வால்வாகச் செயல்படுங்கள்

ஒரு விற்பனை மேலாளர் என்ற முறையில் நீங்கள் உங்களுடைய நிறுவனத்திற்குச் செய்யக்கூடிய மிக முக்கியமான பணி, திறமையான விற்பனையாளர்களைக் கவர்ந்திழுத்து, அவர்களைக் கொண்டு, உச்சபட்சச் செயல்திறனுடன் செயல்படுகின்ற ஒரு குழுவைக் கட்டியெழுப்புவதாகும். விற்பனையால் உந்தப்பட்டுச் செயல்பட்டுக் கொண்டிருக்கின்ற ஒரு நிறுவனத்தில், ஒரு விற்பனை மேலாளரின் திறன் மிக முக்கியமானது என்று ஆய்வுகள் தெரிவிக்கின்றன. ஒரு விற்பனைக் குழுவை நீங்கள் எவ்வளவு சிறப்பாகக் கட்டமைக்கிறீர்களோ, உங்களுடைய நிறுவனத்தின் இலாபம் அவ்வளவு அதிகமாக இருக்கும்.

ஓர் ஆய்வுக்காக எண்ணற்ற

விற்பனையாளர்களிடம், "நீங்கள் இந்த வேலையைத் தேர்ந்தெடுத்ததற்கான முதன்மையான காரணம் எது?" என்று கேட்கப்பட்டபோது, கிட்டத்தட்ட அனைவரும் அளித்த பதில் இதுதான்: "எங்களுடைய விற்பனை மேலாளர்தான்!"

அதற்கு அடுத்தக் காரணமாக அவர்கள் கூறியது, விற்பனையாளர்களுக்கு அளிக்கப்படுகின்ற பயிற்சி. பயிற்சிகள் அவர்களை மேம்படுத்தியதோடு, அவர்களுடைய வருவாய் ஈட்டுகின்ற வாய்ப்புகளையும் அதிகரித்தது. ஆனால், இது அவர்கள் முதலில் தங்களுடைய விற்பனை மேலாளரின்மீது எந்த அளவுக்கு நம்பிக்கை வைத்திருக்கிறார்கள் என்பதிலிருந்துதான் தொடங்குகிறது.

வேலையில் தொடர்ந்து இருப்பதற்கான காரணம்

அந்த ஆய்வில், விற்பனையாளர்களிடம் இரண்டாவதாக இப்படி ஒரு கேள்வி கேட்கப்பட்டது: "நீங்கள் வேலை பார்த்து வந்த துறையில், நீங்கள் வேலை பார்த்துக் கொண்டிருக்கின்ற இந்த நிறுவனத்தைவிட மேம்பட்ட வாய்ப்புகளை உங்களுக்கு வழங்கக்கூடிய நிலையிலிருந்த பிற நிறுவனங்கள் கண்டிப்பாக இருந்திருக்கும். அப்படி இருக்கும்போது, நீங்கள் ஏன் இதே நிறுவனத்தில் தொடர்ந்து பணியாற்றிக் கொண்டிருக்கிறீர்கள்?"

கிட்டத்தட்ட அனைவரும் அதற்கு அளித்த பதில் இதுதான்: "நான் என்னுடைய விற்பனை மேலாளரின் காரணமாகத்தான் இந்த நிறுவனத்தில் தொடர்ந்து பணியாற்றி வருகிறேன். எனக்கு அவரைப் பிடிக்கும். அவர் நம்பிக்கைக்குரியவர். அவருடன் இருக்கும்போது நான் சௌகரியமாக உணர்கிறேன்." ஒரு நிறுவனத்தில் வேலைக்குச் சேர்கின்ற விற்பனையாளர்கள் பல பத்தாண்டுகளாக அதிலேயே தொடர்ந்து

பணியாற்றுவதற்கு, அந்த விற்பனை மேலாளருடன் அவர்கள் ஏற்படுத்திக் கொண்ட உயர்தரமான உறவுதான் காரணம் என்று அந்த ஆய்வு தெரிவித்தது.

தாங்கள் பணியாற்றிக் கொண்டிருந்த நிறுவனத்தை விட்டுவிட்டு, அதன் போட்டி நிறுவனத்தில் வேலைக்குச் சேர்ந்திருந்த சிறந்த விற்பனையாளர்களிடம் இந்தக் கேள்வி கேட்கப்பட்டது: "நீங்கள் ஏன் உங்களுடைய வேலையை விட்டீர்கள்?" கிட்டத்தட்ட அனைவரும் அதற்கு அளித்த பதில் இதுதான்: "என்னுடைய விற்பனை மேலாளர்தான் அதற்குக் காரணம். அவருடன் உறவாடுவது கடினமாக இருந்தது; எல்லாவற்றிலும் குற்றம் கண்டுபிடிப்பவராகவும் நம்பத்தகாதவராகவும் அவர் இருந்தார்."

செயல்திறனின் கட்டுப்பாட்டு வால்வு

செயல்திறனின் கட்டுப்பாட்டு வால்வாகச் செயல்பட்டது, விற்பனை மேலாளருக்கும் அவருக்குக் கீழே பணியாற்றிய விற்பனையாளர்களுக்கும் இடையே நிலவிய உறவுதான். விற்பனையாளர்களும் விற்பனை மேலாளரும் ஒருவரோடு ஒருவர் நேரிலோ, தொலைபேசி வாயிலாகவோ, மின்னஞ்சல் மூலமாகவோ, அல்லது கூட்டத்தின் ஊடாகவோ உறவாடுகின்றபோது அவர்களுக்கு இடையே உருவாகின்ற பந்தம் மிகவும் முக்கியமானது.

அந்தக் கருத்துப் பரிமாற்றச் சந்திப்புப் புள்ளியும், அதில் இழையோடுகின்ற உணர்ச்சிப் போக்கும்தான், ஒரு விற்பனையாளரின் செயல்திறனைப் பெருமளவுக்குத் தீர்மானிக்கின்ற அம்சங்களாகத் திகழ்கின்றன.

விற்பனையாளர்களுக்கும் அவருடைய மேலாளருக்கும் இடையே நிலவுகின்ற உறவு நேர்மறையானதாகவும், மகிழ்ச்சிகரமானதாகவும், பரஸ்பர ஆதரவுடனும் இருந்தால், அந்த விற்பனையாளர்கள் தங்களுடைய உச்சபட்சச்

செயல்திறனுடன் இயங்குவர். அவர்களுக்கு இடையே நிலவுகின்ற உறவு எதிர்மறையானதாகவும் விமர்சனபூர்வமாகவும் அமைந்தால், அந்த விற்பனையாளர்களுடைய செயல்திறன் உடனடியாகக் குறையத் தொடங்கிவிடும். சில நேரங்களில், அது பல நாட்கள் நீடிக்கும். பல நேரங்களில், அந்த மேலாளர் அந்தப் பதவியில் ஒட்டிக் கொண்டிருக்கின்ற வரைக்கும்கூட அது நீடிக்கும்.

ஒரு விற்பனை மேலாளர் என்ற முறையில், நேர்மறையான, வெற்றிகரமான, உச்சபட்சச் செயல்திறனுடன் இயங்குவதற்கு இசைவாக இருக்கின்ற ஒரு சூழலை நீங்கள் உருவாக்கியிருக்கிறீர்களா என்பதை எப்படிக் கண்டுபிடிப்பது? அது எளிது. நீங்கள் உங்களுடைய விற்பனையாளர்களை நேசிக்கிறீர்கள் என்ற ஒன்றே, மிகச் சிறந்த விற்பனை விளைவுகளை ஏற்படுத்துவதற்கு அவர்கள் தங்களை அர்ப்பணித்துக் கொள்ளப் போதுமானது.

வேலை செய்வதற்கு உகந்த ஓரிடத்தை உருவாக்குங்கள்

ஃபார்ச்சூன் இதழோடு இணைந்து, 'த கிரேட் பிளேஸ் டு வொர்க் இன்ஸ்டிடியூட்' என்ற அமைப்பு, ஒவ்வோர் ஆண்டும், வேலை செய்வதற்கு உகந்த 100 தலைசிறந்த நிறுவனங்களின் பட்டியல் ஒன்றைத் தயாரித்து வெளியிடும். அந்த நிறுவனம் இதற்காக, நூற்றுக்கணக்கான நிறுவனங்களில் பணிபுரிகின்ற ஆயிரக்கணக்கான ஊழியர்களிடம் ஒரு கணக்கெடுப்பு நடத்தி, எந்த நிறுவனத்தின் ஊழியர்கள் மிகவும் மகிழ்ச்சியாகவும் செயல்திறன் மிக்கவர்களாகவும் இருக்கிறார்கள் என்பதைக் கண்டுபிடிக்கும்.

ஒரு நிறுவனத்தின் ஊழியர்களிடம், "நீங்கள் இந்த நிறுவனத்தை, வேலை செய்வதற்கு மிகச் சிறந்த இடமாக எதனால் கருதுகிறீர்கள்?" என்று கேட்கும்போது, பல

துறைகளில் ஈடுபட்டிருக்கும் ஊழியர்களிடமிருந்து வருகின்ற பதில்கள் அனைத்தும் கிட்டத்தட்ட ஒரே மாதிரியாகத்தான் இருக்கின்றன. “உயர்ந்த நம்பிக்கை.”

அவர்களுடைய பதிலை மேலும் விவரிக்கும்படி அவர்களிடம் கேட்கின்றபோது, அதற்கு அவர்கள், “எங்கள் நிறுவனத்தில் எங்களுடைய மனத்தில் படுகின்ற எதையும் கூறுவதற்கான சுதந்திரம் எங்களுக்கு இருக்கிறது. அதற்காக நாங்கள் தண்டிக்கப்படக்கூடும் அல்லது கடுமையாக விமர்சிக்கப்படக்கூடும் அல்லது வேலையிலிருந்து நீக்கப்படக்கூடும் என்ற பயம் எங்களுக்கு இல்லை,” என்று பதிலளித்தனர். அதன் விளைவாக அந்த நிறுவனத்தில் அவர்கள் சௌகரியமாகவும் மகிழ்ச்சியாகவும் இருந்தனர். அவர்கள் ஆசுவாசமாகவும் படைப்பாற்றலுடனும் இருந்தனர், உச்சபட்சச் செயல்திறனுடன் இயங்கினர்.

ஒரு விற்பனை மேலாளர் என்ற முறையில், உங்களுடைய ஊழியர்கள் கொண்டாடுகின்ற ஓரிடமாக உங்களுடைய வேலையிடத்தை மாற்றுவது உங்களுடைய இலக்காக இருக்க வேண்டும். மிகச் சிறந்த வேலைச் சூழலால் விற்பனை விளைவுகளின்மீது ஒரு குறிப்பிடத்தக்கத் தாக்கம் ஏற்படுத்த முடியும்.

ஒரு முறை, பதினெட்டுக் கிளைகளைக் கொண்டிருந்த ஒரு நிறுவனத்திற்கு நான் ஆலோசனை வழங்கினேன். அவற்றில் ஒரு கிளை மற்ற அனைத்துக் கிளைகளையும்விட விற்பனையில் உச்சத்தில் இருந்தது. அதற்கான காரணம் என்ன என்பதை அனைவரும் அறிந்திருந்தனர். அந்தக் கிளைக்கு இடமாற்றம் பெறுவதற்கு அந்த நிறுவனத்தின் பிற கிளைகளில் இருந்த விற்பனையாளர்கள் தங்களுக்கிடையே அடித்துக் கொண்டனர். ஏனெனில், அந்தக் கிளையின் விற்பனை மேலாளரின் கீழ் வேலை பார்த்தால் ஒரு சில மாதங்களுக்குள்ளாகவே தங்களுடைய விற்பனை இரண்டு அல்லது மூன்று மடங்கு அதிகரித்துவிடும் என்பதை அவர்கள் அறிந்திருந்தனர்.

நான் அறிந்து வைத்திருந்த மிகச் சிறந்த விற்பனை மேலாளர்களின் கீழ் வேலை பார்ப்பதற்கு எப்போதுமே ஒரு படை காத்துக் கொண்டிருப்பதை நான் பார்த்திருக்கிறேன். அந்த மேலாளர்களிடம் பணிபுரிவதற்காகப் பல மாதங்களுக்கு முன்பே விண்ணப்பித்துவிட்டு அவர்கள் காத்துக்கொண்டிருப்பர். தங்களிடம் வேலை பார்க்கத் துடித்துக் கொண்டிருக்கும் மிகச் சிறந்த விற்பனையாளர்களின் பட்டியல் ஒன்று விற்பனை மேலாளர்களிடம் எப்போதும் இருக்கும்.

செயல்முறைப் பயிற்சிகள்

1. உங்களுடைய விற்பனையாளர்கள், வேறு ஒருவரிடம் வேலை பார்க்காமல் உங்களுக்குக் கீழே வேலை பார்த்துக் கொண்டிருப்பது குறித்து மகிழ்ச்சி கொள்வதற்கு நீங்கள் என்ன நடவடிக்கைகளை எடுக்க வேண்டும்?
2. உங்களுடைய தொழிலில் உள்ளவர்கள் உங்களை எப்படி வர்ணிக்க வேண்டும் என்று நீங்கள் எதிர்பார்க்கிறீர்கள்? உங்களை வர்ணிப்பதற்கு அவர்கள் எத்தகைய சொற்களைப் பயன்படுத்த வேண்டும் என்று நீங்கள் விரும்புகிறீர்கள்? அப்படிப்பட்ட வார்த்தைகளை அவர்கள் கூறுவதற்கு நீங்கள் உடனடியாக என்ன செய்ய வேண்டும்?

அத்தியாயம் இருபது

சிறந்த விற்பனையாளர்களை உருவாக்குவதற்கான நான்கு முக்கிய வழிகள்

தினமும் நான்கு நடைமுறைகளைக் கடைபிடிப்பதன் மூலம், உங்களுடைய விற்பனையாளர்கள் உச்சபட்சச் செயல்திறனுடன் செயல்படுவதற்கு அவர்களை உங்களால் ஊக்குவிக்க முடியும். அவற்றை இப்போது பார்க்கலாம்.

1. நிபந்தனையற்ற அக்கறையை வெளிப்படுத்துதல்

ஒருவர் மற்றொருவருக்குக் கொடுக்கக்கூடிய மாபெரும் பரிசு இதுவாகத்தான் இருக்கும்.

வாழ்க்கைத்துணைவர்களுக்கு இடையில், பெற்றோருக்கும் குழந்தைகளுக்கும் இடையில், நண்பர்களுக்கு இடையில் மற்றும் பிற உறவுகளில் இது சாத்தியப்படும்.

இந்த உலகிலுள்ள மக்களில் கிட்டத்தட்ட அனைவருமே தோல்வி குறித்த பயத்தோடும், நிராகரிக்கப்படுவது குறித்தச் சஞ்சலத்தோடும், சுய சந்தேகத்தோடுமே வளர்ந்து வந்துள்ளனர். சிறு வயதிலிருந்தே ஒருவர் கேட்டு வருகின்ற அழிவுபூர்வமான விமர்சனங்கள், 'நான் போதுமானவன் அல்லன்' என்ற உணர்வை அவரிடம் ஏற்படுத்துகிறது. இந்த உணர்வு அவருடைய வாழ்க்கையின் ஒவ்வோர் அம்சத்தையும் பாதித்து, அவருடைய செயல்திறனையும் மகிழ்ச்சியையும் மட்டுப்படுத்துகிறது.

அதே நேரத்தில், மக்கள், தாங்கள் பிறரால் எடைபோடப்படாமல் அல்லது விமர்சிக்கப்படாமல் முழுமையாக அங்கீகரிக்கப்படுகிறோம், விரும்பப்படுகிறோம் என்று உணர்கின்றபோது, அவர்கள் ஆசுவாசமாகவும் மகிழ்ச்சியாகவும் இருக்கின்றனர், தங்களைக் குறித்துச் சௌகரியமாக உணர்கின்றனர்.

மக்களுடைய சுயமதிப்பின் அளவு அவர்களுடைய செயல்திறனின் அளவை நிர்ணயிக்கிறது. நீங்கள் ஒருவர்மீது நிபந்தனையற்ற முறையில் அக்கறை காட்டி, அவரை முழுமையாக ஏற்றுக் கொள்கின்றபோது, அது அவருடைய சுயமதிப்பை அதிகரிக்கிறது, அவருடைய சுயபிம்பத்தை மேம்படுத்துகிறது. அதன் விளைவாக, அந்த நபர் நேர்மறையானவராக மாறுகிறார், தான் எடுத்துக் கொண்ட காரியங்களை விடாப்பிடியாகச் செய்து முடிக்கிறார். அதில் விற்பனை தொடர்பான நடவடிக்கைகளும் அடங்கும்.

இதற்கு நேரெதிரானது, ஒருவர் செய்துள்ள அல்லது செய்யாமல் இருந்துவிட்டக் காரியங்களுக்காக அவரை விமர்சிப்பதும் குற்றம் சாட்டுவதும் ஆகும். ஒருவரை நாள் முழுவதும் குறைவான செயல்திறனுடன் இயங்க

வைக்க உங்களுடைய ஒற்றை எதிர்மறை வார்த்தை அல்லது ஒரு பார்வைகூடப் போதுமானது. அதனால், உங்களுக்குக் கீழே பணியாற்றுபவர்களிடம் எப்போதும் நேர்மறையானவராகவும் ஆதரவளிப்பவராகவும் இருங்கள்.

2. தொடுதல்

பிறருடைய தொடுதல் மக்கள்மீது பெரும் தாக்கம் ஏற்படுத்துகிறது. நீங்கள் தினமும் பார்க்கின்ற ஒருவருடன் கைகுலுக்கிக் கொள்கின்ற எளிய நடத்தையின் வடிவில்கூட அது இருக்கலாம். ஒருவர் ஒரு நல்ல விஷயத்தைச் சொல்கின்றபோதோ அல்லது ஒரு நல்ல காரியத்தைச் செய்கின்றபோதோ அவருடைய முதுகில் தட்டிக் கொடுக்கலாம். உரையாடலின்போது, ஒருவரின் கரங்களை இலேசாகத் தொடுவது, அவர் மதிப்பு வாய்ந்தவர், உங்களுக்கு நெருக்கமானவர் என்ற உணர்வை அந்த நபருக்கு அளிக்கும்.

விற்பனை உளவியலில், நீங்கள் ஒரு வாடிக்கையாளருடன் உறவாடுகின்றபோது, அவருடைய கைகளை இலேசாகத் தொடுவது அல்லது அவருடன் சேர்ந்து சிரிப்பது போன்ற செயல்கள் அவர் உங்கள்மீது அதிக நம்பிக்கை வைக்கவும், உங்களை விரும்பவும் செய்யும் என்பதை நான் கண்டுபிடித்துள்ளேன். இப்படி ஓர் ஆய்வு நடத்தப்பட்டது. அதில் வாடிக்கையாளர்களுடன் பேசுகின்றபோது அவர்களுடைய கைகளைத் தொடும்படி விற்பனையாளர்கள் கேட்டுக் கொள்ளப்பட்டனர். பின்னர் அந்த வாடிக்கையாளர்களிடம் அந்தத் தொடுதல் பற்றிக் கேட்கப்பட்டபோது, பெரும்பாலான வாடிக்கையாளர்களால் அதை நினைவுகூர முடியவில்லை. ஆனால், அவர்களுக்கு அந்த விற்பனையாளர்களைப் பிடித்திருந்தது, அவர்கள் கூறுவதைத் திறந்த மனத்துடன் கேட்க அவர்கள்

தயாராக இருந்தனர்.

இது அனைத்து உறவுகளுக்கும் பொருந்தும். ஒரு கைகுலுக்கல், முதுகில் ஒரு தட்டு, முழங்கைக்குக் கீழே தொடுதல் போன்றவை அதைப் பெறுகின்ற நபரிடம் கனிவையும் நம்பிக்கையையும் கடத்துகின்றன.

3. கண்களை நேருக்கு நேராகப் பார்த்தல்

ஸ்டீபன் கவி தன்னுடைய 'அதிக ஆற்றல்வாய்ந்த மனிதர்களின் 7 பழக்கங்கள்' என்ற நூலில், ஒவ்வொரு மனிதரிடமும் ஓர் உணர்ச்சிசார் வங்கிக் கணக்கு இருக்கும் என்றும், அதில் அடிக்கடி நேர்மறையான முதலீடுகள் செலுத்தப்பட வேண்டும் என்றும் குறிப்பிட்டுள்ளார். ஒருவருடைய அந்த வங்கிக் கணக்கில் நீங்கள் உணர்ச்சிசார் முதலீடுகளைச் செலுத்துகின்றபோது, அந்த நபர் மகிழ்ச்சியாகவும் மதிப்புமிக்கவராகவும் உணர்கிறார்.

நீங்கள் ஒருவரை விமர்சிக்கின்றபோது, அந்த வங்கிக் கணக்கிலிருந்து இருப்பை வெளியேற்றுகிறீர்கள். அதனால் அவர்களுக்கு உணர்ச்சிசார் பற்றாக்குறை ஏற்படுகிறது. அது அவர்களுடைய செயல்திறனின்மீது ஓர் எதிர்மறையான தாக்கம் ஏற்படுத்துகிறது. அந்த நபருடைய செயல்திறனைப் பழைய நிலைக்கு உயர்த்த நீங்கள் விரும்பினால், அவருடைய உணர்ச்சிசார் வங்கிக் கணக்கில் நீங்கள் முதலீடு செய்ய வேண்டும்.

ஒருவருடைய உணர்ச்சிசார் வங்கிக் கணக்கில் முதலீடு செய்வதற்கான ஒரு வழி அவருடைய கண்களை நேருக்கு நேர் பார்ப்பது. அதனால், உங்களுடைய விற்பனையாளர்கள் உங்களிடம் பேசும்போது, ஒரு விற்பனை மேலாளர் என்ற முறையில், அவர்கள் கூறுவதைக் கவனமாகக் காது கொடுத்துக் கேளுங்கள். அவர்களுடைய பேச்சில் குறுக்கிட்டு உங்களுடைய கருத்துகளை உடனுக்குடன் தெரிவிக்க வேண்டும் என்று உங்களுக்குள் எழுகின்ற விருப்பத்தை அடக்கிக்

கொள்ளுங்கள். அவர்களுடைய கண்களை நேருக்கு நேர் பார்த்து, தலையை ஆட்டி, அவர்கள் கூறுவதை ஒரு புன்னகையுடன் உன்னிப்பாகக் கவனியுங்கள். இவற்றின் மூலம், நீங்கள் அவர்களையும் அவர்கள் கூறுவதையும் மதிக்கிறீர்கள் என்ற செய்தியை அவர்களுக்குக் கடத்துங்கள்.

பொதுவாக, நீங்கள் எதை மதிக்கிறீர்களோ அதில் நீங்கள் உங்களுடைய கவனத்தைக் குவிப்பீர்கள். ஒருவர் உங்களிடம் பேசுகின்றபோது அவருடைய கண்களை நேருக்கு நேர் பார்த்தபடி அவருடைய பேச்சைக் கேட்பதன் மூலம் அவர் உங்களுக்கு மதிப்பு வாய்ந்தவர் என்ற செய்தியை நீங்கள் அவரிடம் தெரிவிக்கிறீர்கள்.

4. கவனக்குவிப்பு

உங்களுடைய விற்பனையாளர் பேசுகின்றபோது, நீங்கள் அவர்மேல் உங்களுடைய கவனத்தைக் குவிக்கின்றபோது, அவரை நீங்கள் முக்கியமானவராகக் கருதுகிறீர்கள், மதிக்கிறீர்கள் என்ற உணர்வு அவருக்கு ஏற்படுகிறது. பிறர் கூறுவதைக் காது கொடுத்துக் கேட்பது தொடர்பான நான்கு முக்கிய அம்சங்களை நீங்கள் கடைபிடிக்கின்றபோது, அவர்மீது உங்களுடைய கவனம் குவிந்திருக்கிறது என்பதை நீங்கள் வெளிப்படுத்துகிறீர்கள்.

முதலாவதாக, நீங்கள் அவருடைய பேச்சில் குறுக்கிடாமல் அதை முழுக் கவனத்துடன் கேளுங்கள். அந்த நபரை நேராகப் பார்த்து, இலேசாக அவர் பக்கமாக முன்னால் சாய்ந்து, அவர் கூறுவதைச் செவிமடுங்கள். அந்த நேரத்தில் உலகிலேயே உங்களுக்கு மிக முக்கியமான விஷயம் அவர் பேசுவதைக் கேட்டுக் கொண்டிருப்பதுதான் என்ற செய்தியை அவருக்குக் கடத்துங்கள்.

இரண்டாவதாக, பதிலளிப்பதற்கு முன்பாக ஒரு சிறிய இடைவெளி விடுங்கள். உங்களிடம் பேசிக்

கொண்டிருக்கும் நபர் உங்களுடைய கருத்துகளைத் தெரிந்து கொள்வதற்காகச் சற்று நிறுத்துகின்றபோது, உடனே பதிலளிக்காமல், மூன்றிலிருந்து ஐந்து நொடிகள்வரை இடைவெளி விடுங்கள். நீங்கள் அப்படிச் செய்கின்றபோது உங்களுக்குப் பல அனுகூலங்கள் கிடைக்கின்றன. முதலில், அவர் அடுத்து என்ன கூற வேண்டும் என்பதற்குத் தன்னைத் தயார்படுத்திக் கொண்டிருக்கலாம். அப்போது நீங்கள் உடனடியாக வாயைத் திறந்தால், அது அவருடைய உரையாடலில் நீங்கள் குறுக்கிடுவதாக ஆகிவிடும். நீங்கள் பதிலளிப்பதற்கு முன்பு சிறிது இடைவெளி விடுவதன் மூலம் அதை உங்களால் தவிர்த்துவிட முடியும். அடுத்ததாக, அவர் கூறிக் கொண்டிருப்பதை நீங்கள் ஒரு முக்கியமான விஷயமாகக் கருதி அதைப் பரிசீலித்துக் கொண்டிருக்கிறீர்கள் என்ற தோற்றத்தை அந்த இடைவெளி ஏற்படுத்துகிறது. இறுதியாக, அவர் கூறுவதை நீங்கள் முழுமையாகப் புரிந்து கொண்டு அதை ஆழமாக அசைபோட்டுக் கொண்டிருக்கிறீர்கள் என்ற அபிப்பிராயத்தை அந்த இடைவெளி கொடுக்கிறது.

மூன்றாவதாக, தெளிவை ஏற்படுத்திக் கொள்வதற்காகக் கேள்வி கேளுங்கள். ஒருவர் கூறிக் கொண்டிருப்பதை அல்லது அவர் கூற வருவதை நீங்கள் முழுமையாகப் புரிந்து கொண்டுவிட்டதாக ஒருபோதும் அனுமானித்துக் கொள்ளாதீர்கள். அதற்குப் பதிலாக, “நீங்கள் என்ன கூற எத்தனிக்கிறீர்கள்?” என்று கேளுங்கள். பின் அவருடைய பதிலுக்காகப் பொறுமையாகக் காத்திருங்கள். அப்போது அந்த நபர் தன் விளக்கத்தை மேலும் விரிவுபடுத்துவார். அவர் கூறுவதை நீங்கள் மேலும் காது கொடுத்துக் கேட்பதற்கு அது வழிவகுக்கும். அதன் மூலம், அந்த நபர் தன் சுயமதிப்பை அதிகரித்துக் கொள்வதற்கு நீங்கள் உதவுகிறீர்கள்.

கேள்விகளைக் கேட்பவர்தான் அந்த உரையாடலைத் தன் கட்டுப்பாட்டிற்குள்

வைத்திருக்கிறார் என்பதை இங்கு நீங்கள் புரிந்து கொள்ள வேண்டும். நீங்கள் எவ்வளவு அதிகமான கேள்விகளைக் கேட்டு அவர் கூறுவதைக் கவனமாகச் செவிமடுக்கிறீர்களோ, அவ்வளவு அதிகமாக அந்த உரையாடலின் போக்கை நீங்கள் தீர்மானிக்கிறீர்கள், அந்த மனிதரின் உணர்ச்சிகளை நீங்கள் உங்களுடைய கட்டுப்பாட்டில் வைத்திருக்கிறீர்கள்.

நான்காவதாக, அவர் கூறியதை உங்களுடைய சொந்த வார்த்தைகளில் அவரிடமே கூறுங்கள். இது, 'கேட்டுக் கொண்டிருப்பவரின் அமிலப் பரிசோதனை' என்று அழைக்கப்படுகிறது. ஒரு நபர் பேசிக் கொண்டிருக்கின்றபோது நீங்கள் வேறு எதையோ அசைபோட்டுக் கொண்டிருக்கவில்லை, அவர் பேசுவதைக் காது கொடுத்துக் கேட்டுள்ளீர்கள் என்பதை இது தெளிவாக எடுத்துரைக்கிறது.

இந்த ரீதியில் பேசுங்கள்: "நீங்கள் கூறியதை நான் சரியாகப் புரிந்து கொண்டேனா என்பதை நான் உறுதி செய்து கொள்ள விரும்புகிறேன். நீங்கள் இதைத்தானே கூற வந்தீர்கள்?"

இப்படி நீங்கள் அவர் கூறுவதை ஒரு கிளிப்பிள்ளைபோல அவரிடமே ஒப்பிப்பதன் மூலம், அவர் கூறுவதை நீங்கள் மதிக்கிறீர்கள் என்ற செய்தியை நீங்கள் அவரிடம் தெரிவிக்கிறீர்கள்.

உங்களுடைய விற்பனையாளர்களின் சுயபிம்பம், நீங்கள் அவர்களைத் தினமும் எப்படி நடத்துகிறீர்கள் என்பதால் தீர்மானிக்கப்படுகிறது. அதனால், அவர்களை நீங்கள் நல்லவிதமாக நடத்துங்கள். ஏனெனில், நீங்கள் கூறுகின்ற வார்த்தைகள் அல்லது செய்கின்ற காரியங்கள் அவர்களுடைய சுயபிம்பத்தை மேம்படுத்துகின்றன அல்லது சீரழிக்கின்றன. அது அவர்களுடைய விற்பனை விளைவுகளின்மீது ஒரு மறைமுகமான தாக்கம் ஏற்படுத்துகிறது. உங்களுடைய விற்பனையாளர்கள் உங்களோடு உரையாடிவிட்டுச் செல்கின்றபோது, முன்பைவிடத் தங்களைப் பற்றி

மேலான நல்ல உணர்வுடன் செல்வதை உறுதி செய்து கொள்ளுங்கள்.

செயல்முறைப் பயிற்சிகள்

1. உங்களுடைய கவனக்குவிப்பை அதிகரித்துக் கொள்வதற்கு உங்களுடைய ஒரு விற்பனையாளரைத் தேர்ந்தெடுத்துக் கொண்டு, அவருடன் உரையாடிப் பயிற்சி செய்யுங்கள். அவர் எப்படிச் செயல்பட்டுக் கொண்டிருக்கிறார், சந்தை நிலவரத்தைப் பற்றி அவர் என்ன நினைக்கிறார் என்று அவரிடம் கேளுங்கள். பிறகு, அவருடைய பேச்சில் குறுக்கிடாமல், அவர் கூறுவதைக் கவனமாகக் கேளுங்கள்.
2. நீங்கள் தினமும் சந்திக்கின்ற நபர்களோடு கை குலுக்குங்கள், அவர்களுடைய கண்களை நேருக்கு நேர் பாருங்கள், அவர்களை நோக்கிப் புன்னகை புரியுங்கள், அவர்களுடைய கையை இலேசாகத் தொடுங்கள். அவர்களைச் சந்திப்பது உங்களுக்கு மகிழ்ச்சி ஏற்படுத்துகிறது என்பதை அவர்களுக்குக் கடத்துங்கள். இதன் விளைவைக் கண்டு நீங்கள் பெரும் வியப்படைவீர்கள்.

அத்தியாயம் இருபத்தொன்று

துணிச்சலே வெற்றிக்கான முக்கியப் பண்புநலன்

தலைமைத்துவத்தின் முக்கியமான பண்புநலன் துணிச்சல். துணிச்சல் தேவைப்படுகின்ற இடங்களில் துணிச்சலோடு செயல்படுவது இன்றியமையாதது.

விற்பனை நிர்வாகம் என்பது ஒரு கடினமான பணி. அதில் வெற்றி பெறுவதற்கு ஒருவர் தனித்துவமாக இருத்தல் வேண்டும். நிலைமை எவ்வளவு கடினமானதாக ஆகிக் கொண்டிருந்தாலும், எடுத்துக் கொண்ட காரியத்தை முடித்தே தீர்வது என்ற ரீதியில் தொடர்ந்து செயல்படுவது துணிச்சலின் வெளிப்பாடு. விடாமுயற்சி வெற்றிக்கு உத்தரவாதமளிக்கும். விடாமுயற்சியுடன் செயல்படுதல் என்பது துணிச்சலின் வெளிப்பாடே.

சுயகட்டுப்பாடு அவசியம்

விற்பனை மேலாளர் பதவி உச்சத்தில் இருந்தாலும் அது தனிமை உணர்வால் சூழப்பட்ட ஒன்று. ஏனெனில், இங்கு நீங்கள் உங்களுடைய பிரச்சனைகளையும் பயங்களையும் கவலைகளையும் உங்களுடைய விற்பனையாளர்களிடம் பகிர்ந்து கொள்ள முடியாத நிலையில் இருப்பீர்கள். இவற்றை நீங்கள் உங்களுக்குக் கீழே பணிபுரிபவர்களிடமிருந்து மறைத்து வைத்தாக வேண்டும். தொழில் சூழல் குறித்தும் பிற நபர்கள் குறித்தும் நீங்கள் கொண்டுள்ள அபிப்பிராயங்களை நீங்கள் உங்களுக்குள்ளேயே வைத்துக் கொள்ள வேண்டும். அவற்றை நீங்கள் உங்களுடைய விற்பனையாளர்களிடம் பகிர்ந்து கொண்டால், அது அவர்களை ஊக்கமிழக்க மட்டுமே வைக்கும்.

"உங்கள் இதயம் உடைந்து கொண்டிருக்கின்றபோதுகூடப் புன்னகை புரியுங்கள்," என்ற பாடல் வரிகளை நீங்கள் கேட்டிருக்கலாம். நீங்கள் உள்ளுக்குள் எவ்வளவுதான் குமைந்து கொண்டிருந்தாலும், மகிழ்ச்சியாகவும் தன்னம்பிக்கையுடனும் இருப்பதுபோலக் காட்டிக் கொள்ள வேண்டும். இது தலைமைத்துவத்திற்கான ஒரு முக்கிய அம்சம்.

ஒரு விற்பனை மேலாளர் என்ற முறையில் உங்களுடைய பணியை நல்ல வெகுமதி அளிக்கக்கூடிய ஒன்றாக உங்களால் அமைத்துக் கொள்ள முடியும். உங்களுடைய தனிப்பட்ட வாழ்க்கையிலும் தொழில் வாழ்க்கையிலும் உயர்ந்த சாதனைகளைப் படைப்பதற்கான ஒரு வாய்ப்பாக அதை உங்களால் பயன்படுத்திக் கொள்ள முடியும். எண்ணற்ற நிறுவனங்களிலுள்ள நிர்வாக அதிகாரிகளில் பலர் விற்பனைத் துறையிலிருந்து மேலே வந்தவர்கள்தாம். போட்டிமிக்க விற்பனைப் போர்க்களத்தில், கூர்தீட்டப்பட்ட ஈட்டிகளுடன் அவர்கள் நிர்வாகத்

துறைக்குள் நுழைகின்றனர்.

உங்களுடைய துறையில் தவிர்க்கப்பட முடியாதவையாக விளங்குகின்ற ஏற்ற இறக்கங்களைத் தினமும் எதிர்கொள்வதற்கு உங்களுக்கு அசாத்தியத் துணிச்சல் தேவைப்படும்.

அமைதிக்காகப் பிரார்த்தனை செய்யுங்கள், போர் வருமென்று நம்புங்கள்

எங்கே நிலைமை மோசமாக இருக்கிறதோ, அங்கேதான் கற்றுக் கொள்வதற்கும் வளர்வதற்குமான வாய்ப்புகளும் குவிந்து கிடக்கும் என்பதை நினைவில் வைத்துக் கொள்ளுங்கள். இராணுவத்தில் இப்படி ஒரு கூற்று உண்டு: "படைவீரர்கள் அமைதிக்காகப் பிரார்த்தனை செய்வர், ஆனால் போர் வருமென்று நம்புவர்."

ஏனெனில், எவரும் போரையும், அது கொண்டு வருகின்ற வலியையும் வேதனைகளையும் விரும்புவதில்லை. அதனால், எல்லா மக்களும் அமைதிக்காகப் பிரார்த்திப்பர். ஆனால், போர்வீரர்கள் மட்டும் போரை வரவேற்பர். அச்சமயத்தில்தான் அவர்களுக்கு விரைவாகப் பதவி உயர்வு கிடைக்கும் என்பதுதான் அதற்குக் காரணம்.

இது விற்பனை நிர்வாகத்திற்கும் பொருந்தும். ஒரு விற்பனை மேலாளர் என்ற முறையில், உங்களுடைய பிரச்சனைகள் எந்த அளவுக்குப் பெரிதாக இருக்கின்றனவோ, உங்களுடைய போட்டி எவ்வளவு கடுமையானதாக இருக்கிறதோ, உங்களுடைய சவால்கள் எவ்வளவு பிரம்மாண்டமாக இருக்கின்றனவோ, உங்களுடைய வளர்ச்சியும் மேம்பாடும் வெற்றியும் அவ்வளவு வேகமாக இருக்கும்.

அனைத்தும் சுமூகமாகச் சென்று கொண்டிருந்தால் உங்களால் வேகமாக முன்னேற முடியாது என்பதை நீங்கள் நினைவில் கொள்ள வேண்டும். பெரும்

சவால்களை எதிர்கொண்டு அவற்றை நீங்கள் முறியடிக்கின்றபோதுதான் உங்களால் முன்னேறி மேலே செல்ல முடியும்.

ஹார்வர்டு பல்கலைக்கழகத்தின் முன்னாள் தலைவர் லிபரோன் ரஸ்ஸல் பிரிக்ஸின் இந்த வைர வரிகளை நினைவில் வைத்துக் கொள்ளுங்கள்:

"உங்களுடைய வேலையைச் செய்யுங்கள். ஆனால், உங்களுடைய வேலையோடு நிறுத்திக் கொள்ளாமல் சிறிது அதிகமாகவும் செய்யுங்கள். நீங்கள் அதனால் கஷ்டப்பட்டாலும், அதைத் தவிர்க்க முடியாது என்பதால், உங்களுடைய வேலையைத் தொடர்ந்து செய்யுங்கள். உங்களுடைய வேலை குறித்து உங்களுக்குச் சந்தேகம் வந்தாலும், அது கண்டிப்பாக வரத்தான் செய்யும் என்பதால், உங்களுடைய வேலையைத் தொடர்ந்து செய்யுங்கள். உங்களுடைய இதயத்தை அதில் கொட்டுங்கள், வானம் தெளிவடையும். பின் உங்களுடைய கஷ்டத்தின் ஊடாக, உங்களுடைய சந்தேகத்தின் ஊடாக, உங்களுடைய வாழ்க்கையின் அளப்பரிய ஆனந்தம் வெளிப்படும்."

உங்களுடைய தலைமுறையின் தலைசிறந்த விற்பனை மேலாளர்களில் ஒருவராக உருவாகக்கூடிய திறமை உங்களுக்குள் புதைந்து கிடக்கிறது. இந்த நூலில் குறிப்பிடப்பட்டுள்ள பரிந்துரைகளையும் யோசனைகளையும் உத்திகளையும் நீங்கள் பயன்படுத்தி வந்தால், நீங்கள் மேன்மேலும் மேம்பட்டுக் கொண்டே இருப்பீர்கள். உங்களுடைய விற்பனைப் படையும் மேம்படும், வலுவடையும், சிறப்பான விற்பனை விளைவுகளை உங்களுக்குப் பெற்றுக் கொடுக்கும். தொழில்ரீதியான அனைத்து இலக்குகளையும் உங்களால் வெற்றிகரமாக அடைய முடியும்.

PSV குமாரசாமி

இவர் ஒரு கவிஞர். மொழிபெயர்ப்பாளர். சுற்றுச்சூழல் ஆர்வலர். மலையேற்றப் பயிற்றுவிப்பாளர். புகைப்படம் எடுப்பதில் அலாதி ஆர்வம் உடையவர். ஊர் சுற்றுவதில் ஏக விருப்பமுடையவர். இவரது பல்லாண்டுகால மொழிபெயர்ப்பு அனுபவத்தில் எண்பதுக்கும் மேற்பட்ட நூல்கள், எண்ணற்றக் கட்டுரைகள் மற்றும் கவிதைகள் வெளிவந்துள்ளன. இலக்கியம், சுயமுன்னேற்றம், சுற்றுச்சூழல், பொருளாதாரம், அறிவியல் போன்ற பல்வேறு துறைகள் தொடர்பான நூல்கள் அவற்றில் அடங்கும்.

ரோன்டா பைர்னின் உலகப் புகழ்பெற்ற நூலான ‘இரகசியம்’, டோனி ஜோசஃபின் ‘ஆதி இந்தியர்கள்’, ஸ்டீபன் ஹாக்கிங்கின் ‘ஆழமான கேள்விகள் அறிவார்ந்த பதில்கள்’ போன்றவை இவருடைய மொழியாக்கத்தில் வெளிவந்துள்ள நூல்களில் குறிப்பிடத்தக்கவை.

இவர் தன் மனைவி திருமதி நாகலட்சுமி சண்முகம் அவர்களுடனும் தன் மகன்கள் இருவருடனும் தற்போது மும்பையில் வசித்து வருகிறார்.

நூலாசிரியர்

பிரையன் டிரேசி

உலகில் இன்று தலைசிறந்த வியாபாரப் பேச்சாளர்களில் ஒருவராகத் திகழ்பவர் பிரையன் டிரேசி. 75 நாடுகளைச் சேர்ந்த 1,000க்கும் அதிகமான பெருநிறுவனங்களுக்கும் 10,000க்கும் அதிகமான சிறிய மற்றும் நடுத்தர நிறுவனங்களுக்கும் தலைமைத்துவம், மேலாண்மை, விற்பனை, வியாபார மாதிரி மறுசீரமைப்பு, இலாப மேம்பாடு ஆகிய விஷயங்களில் பல கருத்தரங்குகளை அவர் வடிவமைத்து வழங்கியுள்ளார்.

உலகம் நெடுகிலும் 5,000க்கும் அதிகமான சொற்பொழிவுகளை அவர் ஆற்றியுள்ளார். இதை 50,00,000க்கும் அதிகமானோர் கேட்டுள்ளனர். அவர் தற்போது ஒவ்வோர் ஆண்டும் 2,50,000 மக்களிடையே உரையாற்றி வருகிறார். அவர் உருவாக்கியுள்ள சுவாரசியமான, காணொளி சார்ந்த பயிற்சி வகுப்புகள் 38 நாடுகளில் கற்றுக் கொடுக்கப்படுகின்றன.

பிரையன் டிரேசி ஒரு வெற்றிகரமான நூலாசிரியர். அவர் 80க்கும் அதிகமான நூல்களை எழுதியுள்ளார். அவை 42க்கும் அதிகமான மொழிகளில் மொழிபெயர்க்கப்பட்டு இருக்கின்றன.

பிரையன் டிரேசி தன் மனைவியுடன் கலிபோர்னியாவில் சொலானா பீச் நகரில் வசித்து வருகிறார். அவருக்கு நான்கு குழந்தைகளும் ஐந்து பேரக்குழந்தைகளும் உள்ளனர்.